U0057066

瑞蘭國際

潘氏清（Phan Thị Thanh） 編著

推薦序

東南亞的經濟體在21世紀初已成為世界上增長最快的經濟體之一。2008年經歷了全球金融海嘯的慘痛教訓後，該地區各國為了爭取更多的外貿機會，開始轉變在製造業生產的網絡，尤其是越南的發展狀況，更令人刮目相看。在外資企業持續投資製造業的情況下，越南的經濟成長率持續攀升，並且在出口總額中，電子產業已超越紡織業，顯示出口部門的產業結構轉變。東南亞經濟體也在過去五年中呈現出驚人的增長，其GDP總和相當於世界第五大經濟體。

臺灣與越南雖然沒有正式的外交關係，但是兩國在經貿、投資、教育、社會的交流上至為緊密。其中因婚姻移民來臺的越南籍配偶已達數萬人之多，跨國婚姻新生兒出生人數逐年攀升，所謂新住民的第二代尤屬越南最多，從國小到大學學生人數高達數十萬人，是不容小覷的族群。

根據文化人類學家的觀點，語言作為文化的重要元素，不僅影響著一個人的思維方式和對生活世界的感知，更會影響一個人跨文化的交流能力。近代以來，語言更是文化的具體表現，透過語言的學習，不僅可以體會自己文化的內涵，同時也是跨文化認知和相互理解的有效管道。

國立政治大學因應全球發展的趨勢，於2017年創立東南亞語言與文化學士學位學程，首先以越南語組為起始，將語言學習作為核心，以文化社會專業知識作為輔助，並以加強東南亞區域整體發展的概念為課程設計方向。在各位教師的努力下，將依序出版《初級越南語》、《中級越南語》、《高級越南語》三本教科書，以及搭配的三本《初級越南語會話》、《中級越南語會話》、《高級越南語會話》，提供學生與社會有興趣學習越南語的人士運用。內容豐富，系統完整。雖然不盡完美，還請有識先進不吝指教。

國立政治大學

東南亞語言與文化學士學位學程主任

劉心華

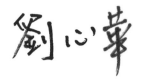

編著者序

《高級越南語》是為國立政治大學東南亞語言與文化學士學位學程越南語組三年級學生所編撰的教材，用以銜接《中級越南語》。本書依照 iVPT（International Vietnamese Proficiency Test，國際越南語能力認證檢定）〈高級〉，以及 CEFR（Common European Framework of Reference for Language，歐洲語言共同參考架構）C1、C2 等級之程度編纂內容。本書的目標是為增強學習者的越南語能力，使其能夠以適當的架構、清晰的邏輯與嚴謹的表達方式來進行口說和寫作練習，並能舉一反三，應用在各種主題上。

本書內容

本教科書一共 12 課，教學時數約兩學期，共 72 節課，144 小時。各篇閱讀為記述文或論說文，涵蓋人口、家庭文化、音樂、貨幣、商業、外交、物流、環境污染、氣候變遷等富有社會意義的主題。

筆者參考了與主題相關之多項學術研究與報導以編撰本書，期盼能夠使學習者在各個主題的學習過程中獲得多方位的視野。書中透過「討論與主題相關的問題」、「閱讀與討論課文內容」、「分析情境與進行練習」等學習方式帶領學習者熟悉該主題的相關內容，相信學習者不僅能夠因此對於主題有更深刻的理解，也能積極地實踐語言之使用。

此外，為了滿足學習者的多樣化需求，本書另附兩種音檔，掃描封面 QR Code 即可下載：1. 標準北方口音（河內）和 2. 標準南方口音（胡志明市），以加強學習者的聽力和發音。每種音檔都包含 12 課的內容，其中有閱讀課文、詞彙、文法、例句和聽力練習，藉此學習者能夠發展 6 項語言技能（詞彙、文法、聽力、口說、閱讀和寫作），刺激學習者去多方面地認識越南與世界，同時發展批判性思維。

本書以知識積累之導向作為架構，但內容順序並非依照難易度編排，因此教師與學習者不一定要從頭到尾依序使用本書，而是可以按照自身需要，以適合的順序自由使用。筆者希望這本教科書能夠對越南語學習者帶來幫助，以及提供越南語教學領域的教師們參考。

雖然筆者已盡力編寫，但本書必仍有待改進之處，歡迎各位先進以及學生們提供意見回饋，讓本教科書更加完善。

對於本書的出版，首先，我要向東南亞語言與文化學士學位學程主任劉心華教授對於本書所提供之大量協助與諮詢致上深深的感謝。

也衷心感謝黎氏仁博士，她為建構本書的架構提供專業的意見。感謝范陳寶玉女士、范秋芳女士和采漾錄音製作有限公司對本書內容的錄製所做的貢獻。此外，亦感謝陳芊慈女士、楊璧綺女士在文法中文的翻譯上提供協助，以及感謝參與政治大學高級越南語課程筆者的學生們，他們提供的熱烈回饋爲本書做出了很大貢獻。

還要特別感謝出版此書的出版社——瑞蘭國際有限公司的團隊、王愿琦社長、葉仲芸副總編輯在校閱過程中提供的專業幫助。

最後，我要向我的家人致上我最誠摯的謝意，感謝他們多年來對我的愛、關心和支持。

再次感謝國立政治大學外語學院、東南亞語言與文化學士學位學程與各位學生使筆者的教學更加精進，並完成這本教科書。

歡迎對本書提出任何意見和建議。聯繫方式如下：

潘氏清（Phan Thị Thanh）博士

Email: thanh@nccu.edu.tw

國立政治大學

東南亞語言與文化學士學位學程

潘氏清（Phan Thị Thanh）

每一課的架構包含：個人意見、課文、生詞、閱讀理解、詞彙練習、語法筆記、口語練習、寫作練習、聽力練習與作業，跟著每一課的架構學習，就能完全掌握聽、說、讀、寫的 C1-C2 越南語實力。

12

Ý Kiến Cá Nhân 個人意見

1. Bạn nghĩ đến điều gì khi bàn về dân số?
2. Bạn có đồng ý với nhận xét: Dân số tăng nhanh ở quốc gia nghèo có thể là nguyên nhân khiến kinh tế chậm phát triển.
3. Theo bạn vấn đề dân số già tại Đài Loan có ảnh hưởng đến ngành y tế như thế nào?

Bài 1: Dân số Việt Nam 13

Bài Đọc 課文 ▸MP3-1.1

Quy mô và cơ cấu dân số có ảnh hưởng lớn đến sự phát triển kinh tế của một đất nước. Bởi dân số không những là lực lượng sản xuất mà cũng là lực lượng tiêu dùng. Theo số liệu của Liên Hợp Quốc, dân số Việt Nam thống kê vào ngày 06/07/2019 là 97.442.254 người; đứng thứ 14 và chiếm 1,27% dân số thế giới [1]. Hiện nay, độ tuổi trung bình của người dân Việt Nam là 31 tuổi và có hai phần ba dân số đang ở độ tuổi lao động. Vì vậy Việt Nam được xem là một quốc gia có cơ cấu vàng về dân số. Vấn đề đặt ra cho Chính phủ Việt Nam là làm thế nào để phát huy được những lợi thế mà cơ cấu dân số vàng mang lại.

Dựa theo kinh nghiệm của các nước, cơ cấu vàng về dân số có thể kéo dài khoảng 30 đến 35 năm [2]. Thời kì này dài ngắn còn phụ thuộc vào sự điều tiết mức sinh ở từng nước. Việt Nam hiện đang có hơn một nửa số lao động dưới 34 tuổi. Lực lượng lao động trẻ này đang có cơ hội tiếp thu khoa học và công nghệ hiện đại, tạo đà cho nền kinh tế Việt Nam phát triển nhanh mạnh trong giai đoạn tiếp theo. Mười năm trong cơ cấu dân số vàng, Việt Nam đã có những phát triển vượt bậc về kinh tế, đồng thời cũng giải quyết tốt nhiều vấn đề xã hội. Trong đó đáng chú ý nhất là chất lượng nguồn lao động Việt đã tăng lên đáng kể nhờ các đầu tư lớn của Chính phủ cho ngành giáo dục. Việt Nam đã vươn mình thành một thị trường mới nổi lớn về quy mô, giàu sức hấp dẫn với các nhà đầu tư nước ngoài.

Cơ cấu vàng về dân số mang lại cơ hội lớn song cũng đặt ra một số thách thức cần Chính phủ giải quyết. Số người trong độ tuổi đến trường tăng mạnh đã trở thành gánh nặng cho giáo dục bậc đại học. Bên cạnh đó, nhiều ý kiến cho rằng các nhà hoạch định chính sách chưa tận dụng triệt để cơ hội do còn yếu trong định hướng nghề. Nguồn lao động tuy nhiều về số lượng nhưng vẫn thiếu lao động kỹ thuật có trình độ cao. Ngoài ra, quá trình đô thị hóa nhanh khiến một bộ phận lớn lao động ở khu vực nông thôn mất việc làm. Trong khi đó các chính sách đào tạo chuyển đổi nghề chưa được bổ sung kịp thời đã gây ra bức xúc trong dư luận.

Cơ cấu vàng về dân số là cơ hội dành cho bất kì quốc gia nào nhưng cơ hội này khi đi qua sẽ không bao giờ có được nữa. Vậy đâu là giải pháp để

個人意見

此部分當中的問題，是為了活化學習者之基礎知識能力與增添有關課程主題之詞彙量。透過討論與回答問題，教師亦可掌握學生的理解程度，進而適當地調整教學計畫。

課文

每一課課文皆以簡短論文形式呈現，內容符合主題，深入且有趣。每課課文的完整架構包含三部分：「開頭」、「主要內容」與「結論」，文長約 600 至 1000 字。學習者可透過課文提高寫作能力，同時透過音檔進行聽說練習，如此一來將可達到越南語檢定 C1-C2 所需之自然口語速度。

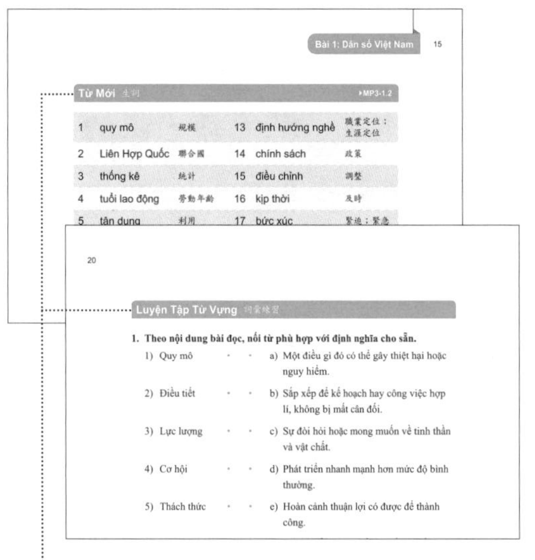

Bài 1: Dân số Việt Nam 15

Từ Mới 生詞 ▸MP3-1.2

1	quy mô	規模	13	định hướng nghề	職業定位；生涯定位
2	Liên Hợp Quốc	聯合國	14	chính sách	政策
3	thống kê	統計	15	điều chỉnh	調整
4	tuổi lao động	勞動年齡	16	kịp thời	及時
5	tận dụng	利用	17	bức xúc	緊迫；緊急

20

Luyện Tập Từ Vựng 詞彙練習

1. Theo nội dung bài đọc, nối từ phù hợp với định nghĩa cho sẵn.

1) Quy mô	• •	a) Một điều gì đó có thể gây thiệt hại hoặc nguy hiểm.
2) Điều tiết	• •	b) Sắp xếp để kế hoạch hay công việc hợp lí, không bị mất cân đối.
3) Lực lượng	• •	c) Sự đòi hỏi hoặc mong muốn về tinh thần và vật chất.
4) Cơ hội	• •	d) Phát triển nhanh mạnh hơn mức độ bình thường.
5) Thách thức	• •	e) Hoàn cảnh thuận lợi có được để thành công.

生詞和詞彙練習

本書課文中之生詞皆有中文翻譯。一些重要且常用的生詞在詞彙練習部分會有越南語的簡短解釋，學習者可透過造句與詞彙作業來進行練習，並藉此分辨近義詞、熟練地使用生詞。此外，也有課程延伸的部分，讓學習者列舉出與主題相關之詞彙，藉此以鼓勵學習者擁有主動自學與自讀之精神。

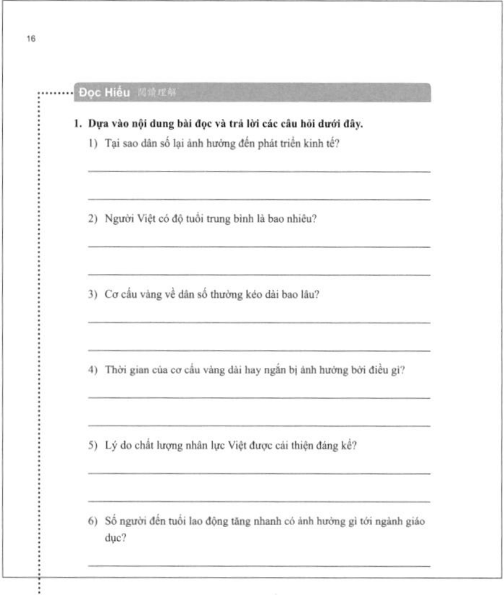

16

Đọc Hiểu 閱讀理解

1. Dựa vào nội dung bài đọc và trả lời các câu hỏi dưới đây.
   1) Tại sao dân số lại ảnh hưởng đến phát triển kinh tế?
   2) Người Việt có độ tuổi trung bình là bao nhiêu?
   3) Cơ cấu vàng về dân số thường kéo dài bao lâu?
   4) Thời gian của cơ cấu vàng dài hay ngắn bị ảnh hưởng bởi điều gì?
   5) Lý do chất lượng nhân lực Việt được cải thiện đáng kể?
   6) Số người đến tuổi lao động tăng nhanh có ảnh hưởng gì tới ngành giáo dục?

閱讀理解

包含開放性問題、是非題與客觀性問題，問題之設計乃為了培養學習者的閱讀理解能力。問題的解答請見本書所附之練習題解答QR Code，學習者可自行下載參考使用。

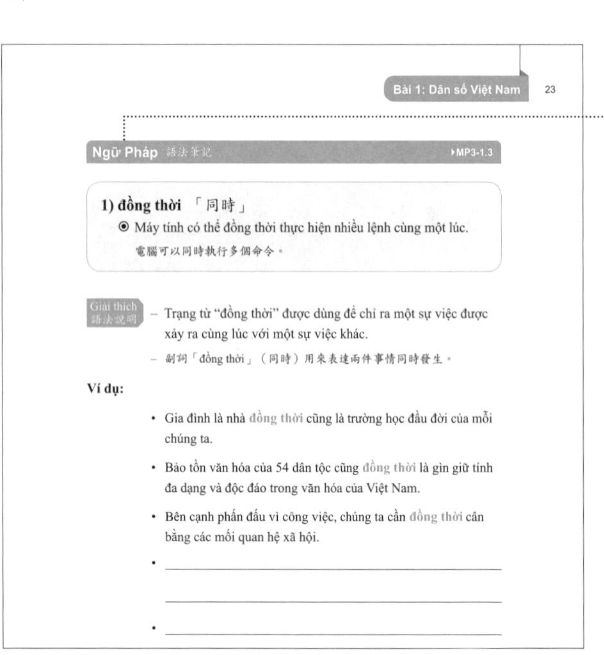

Bài 1: Dân số Việt Nam 23

Ngữ Pháp 語法筆記 ▸MP3-1.3

1) đồng thời 「同時」

◉ Máy tính có thể đồng thời thực hiện nhiều lệnh cùng một lúc.

電腦可以同時執行多個命令。

Giải thích 語法說明 – Trạng từ "đồng thời" được dùng để chỉ ra một sự việc được xảy ra cùng lúc với một sự việc khác.

– 副詞「đồng thời」（同時）用來表達兩件事情同時發生。

Ví dụ:

- Gia đình là nhà đồng thời cũng là trường học đầu đời của mỗi chúng ta.
- Bảo tồn văn hóa của 54 dân tộc cũng đồng thời là gìn giữ tính đa dạng và độc đáo trong văn hóa của Việt Nam.
- Bên cạnh phấn đấu vì công việc, chúng ta cần đồng thời cân bằng các mối quan hệ xã hội.
- ______
- ______

語法筆記

各文法皆自課文精心選錄出並附有詳細解釋說明，使學習者能夠習得各文法在寫作與口語中的使用方式。掌握本書54個文法，將可協助學習者奠定越南語寫作之穩固基礎。

練習

在每課最後有三個實作的部分，包含「口語練習」、「寫作練習」與「聽力練習」。透過寫作與口語練習，學習者將可運用已學的文法，進而融會貫通。而豐富的聽力練習，則能協助學習者發展自身的聽力理解能力。聽力內容與解答亦提供於練習題解答 QR Code 中，使學習者可自行檢視學習成效。

28

Luyện Nói 口語練習

Hãy dùng ngữ pháp đã học "thật không dễ nữa" để hoàn thành đoạn hội thoại.

Ví dụ:

Nam: Tập đoàn Fomosa nói gì sau sự kiện Việt Nam?

Hoa: Sau sự kiện năm 2017, Fomasa hứa tự xảy ra nữa.

1) *Nam:* Chúng ta chuẩn bị tốt nghiệp đại không tham gia cuộc thi rô bốt n

Hoa: ____________________

2) *Mai:* Mình rất thích đi dạo dưới hàng bị chặt rồi.

Hà: ____________________

3) *Hải:* Bạn biết tin Việt Nam đạt Á Quân chưa?

Hoa: ____________________

4) *Nam:* Mình nghĩ vừa học vừa làm có t Bạn nghĩ thế nào về vấn đề này

30

Luyện Viết 寫作練習

1. Sử dụng cấu trúc "đồng thời" để viết lại

Ví dụ:

Cuối năm siêu thị có nhiều hoạt động khuyến còn giảm giá 20% rất nhiều mặt hàng.

→ Siêu thị thực hiện đồng thời nhiều hoạt độn

1) Sinh viên nghèo không những được mi cấp hàng tháng từ Nhà nước.

____

2) Đài Loan nới lỏng điều kiện miễn Visa không chỉ thắt chặt quan hệ ngoại giao lịch, thương mại giữa hai bên.

____

3) Ngày 23/10/2018, quốc hội đã tuyên bố Trọng trúng cử Chủ tịch nước Việt Nam

____

Bài 1: Dân số Việt Nam 33

Luyện Nghe 聽力練習 ▶MP3-1.4

Nghe và đánh dấu vào những thông tin đúng.

1) (   ) Dân số Đài Loan năm 2020 đạt khoảng:

A. 23 triệu người B. 23,7 triệu người
C. 23,87 triệu người D. 23,78 triệu người

2) (   ) Người trong tuổi lao động của Đài Loan chiếm khoảng bao nhiêu %?

A. 16 % B. 12,7 %
C. 71,3 % D. 72,1 %

3) (   ) Các vấn đề Đài Loan đang phải đối mặt gồm:

A. Tỷ lệ sinh thấp
B. Già hóa dân số
C. Mất cân bằng dân cư giữa các vùng
D. Cả A/B/C

4) (   ) Xu hướng của nhiều bạn trẻ ngày nay:

A. Không muốn sinh con B. Mua sắm trực tuyến
C. Tự lập sớm D. Cả A/B/C

5) (   ) Tỷ lệ sinh của Đài Loan thấp dẫn tới điều gì?

A. Thiếu lao động trong tương lai
B. Tỷ lệ phụ thuộc ngày càng cao
C. Giới trẻ phải đảm nhận nhiều gánh nặng
D. Cả A/B/C

6) (   ) Tuổi thọ trung bình của người Đài Loan là:

A. 70 tuổi B. 75 tuổi
C. 78 tuổi D. Không nhắc đến

7) (   ) Tỷ lệ người già tăng đặt ra thách thức cho:

Bài 1: Dân số Việt Nam 35

Bài Tập Về Nhà 作業

1. Đặt câu với những từ và ngữ pháp cho sẵn.

1) quy mô: ____________________

2) già hóa dân số: ____________________

3) cơ hội: ____________________

4) đồng thời: ____________________

5) định hướng nghề nghiệp: ____________________

6) giải pháp: ____________________

7) trí tuệ: ____________________

8) chưa ... do ...: ____________________

9) song cũng đặt ra: ____________________

作業

造句與打字作業可幫助學習者發揮自身能力、運用已學內容，並查找資料來撰寫屬於自己的文章。另外，書中使用之成語與俗語亦可刺激學習者自行尋找相關資訊來閱讀，藉此對越南文化能有更深刻的理解，並在實際溝通中進行有效的運用。

P Thanh

潘氏清（Phan Thị Thanh）

目次

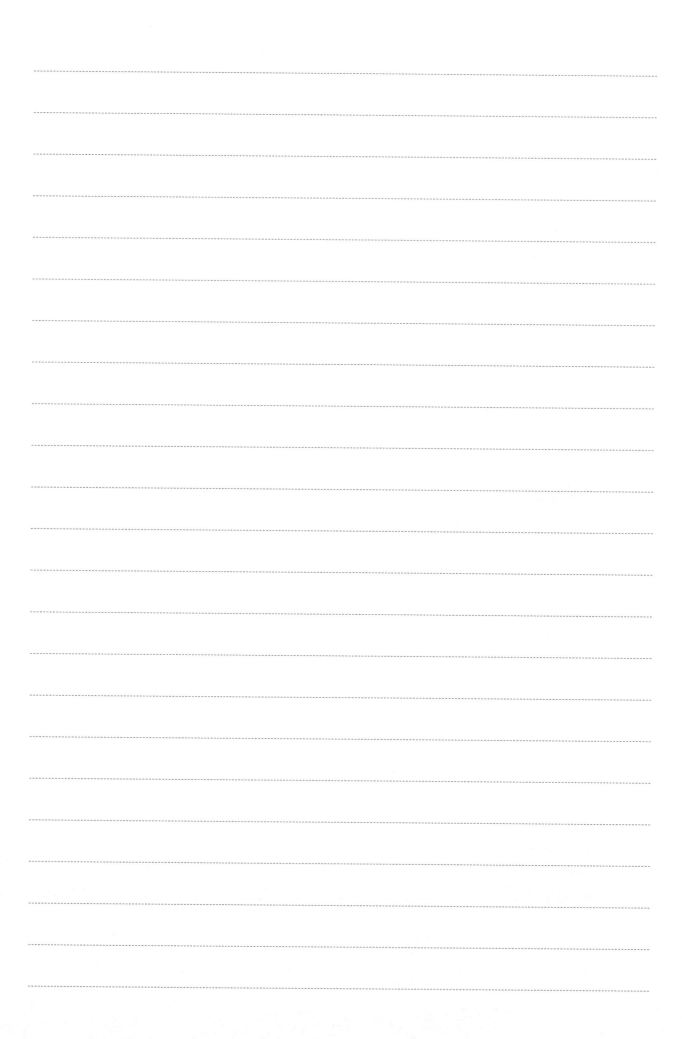

Bài 1
Dân số Việt Nam
越南人口

Sinh viên chụp ảnh tốt nghiệp tại Văn Miếu Quốc Tử Giám

Ý Kiến Cá Nhân 個人意見

1. Bạn nghĩ đến điều gì khi bàn về dân số?

2. Bạn có đồng ý với nhận xét: Dân số tăng nhanh ở quốc gia nghèo có thể là nguyên nhân khiến kinh tế chậm phát triển.

3. Theo bạn vấn đề dân số già tại Đài Loan có ảnh hưởng đến ngành y tế như thế nào?

Bài Đọc 課文

▸MP3-1.1

Quy mô và cơ cấu dân số có ảnh hưởng lớn đến sự phát triển kinh tế của một đất nước. Bởi dân số không những là lực lượng sản xuất mà cũng là lực lượng tiêu dùng. Theo số liệu của Liên Hợp Quốc, dân số Việt Nam thống kê vào ngày 06/07/2019 là 97.442.254 người; đứng thứ 14 và chiếm 1,27% dân số thế giới [1]. Hiện nay, độ tuổi trung bình của người dân Việt Nam là 31 tuổi và có hai phần ba dân số đang ở độ tuổi lao động. Vì vậy Việt Nam được xem là một quốc gia có cơ cấu vàng về dân số. Vấn đề đặt ra cho Chính phủ Việt Nam là làm thế nào để phát huy được những lợi thế mà cơ cấu dân số vàng mang lại.

Dựa theo kinh nghiệm của các nước, cơ cấu vàng về dân số có thể kéo dài khoảng 30 đến 35 năm [2]. Thời kì này dài ngắn còn phụ thuộc vào sự điều tiết mức sinh ở từng nước. Việt Nam hiện đang có hơn một nửa số lao động dưới 34 tuổi. Lực lượng lao động trẻ này đang có cơ hội tiếp thu khoa học và công nghệ hiện đại, tạo đà cho nền kinh tế Việt Nam phát triển nhanh mạnh trong giai đoạn tiếp theo. Mười năm trong cơ cấu dân số vàng, Việt Nam đã có những phát triển vượt bậc về kinh tế, **đồng thời** cũng giải quyết tốt nhiều vấn đề xã hội. Trong đó đáng chú ý nhất là chất lượng nguồn lao động Việt đã tăng lên đáng kể nhờ các đầu tư lớn của Chính phủ cho ngành giáo dục. Việt Nam đã vươn mình thành một thị trường mới nổi lớn về quy mô, giàu sức hấp dẫn với các nhà đầu tư nước ngoài.

Cơ cấu vàng về dân số mang lại cơ hội lớn **song cũng đặt ra** một số thách thức cần Chính phủ giải quyết. Số người trong độ tuổi đến trường tăng mạnh đã trở thành gánh nặng cho giáo dục bậc đại học. Bên cạnh đó, nhiều ý kiến cho rằng các nhà hoạch định chính sách **chưa** tận dụng triệt để cơ hội **do** còn yếu trong định hướng nghề. Nguồn lao động tuy nhiều về số lượng nhưng vẫn thiếu lao động kỹ thuật có trình độ cao. Ngoài ra, quá trình đô thị hóa nhanh khiến một bộ phận lớn lao động ở khu vực nông thôn mất việc làm. Trong khi đó các chính sách đào tạo chuyển đổi nghề chưa được bổ sung kịp thời đã gây ra bức xúc trong dư luận.

Cơ cấu vàng về dân số là cơ hội dành cho bất kì quốc gia nào nhưng cơ hội này khi đi qua sẽ **không bao giờ** có được **nữa**. Vậy đâu là giải pháp để kéo dài giai đoạn này? Dưới đây là một vài khuyến cáo từ các chuyên gia trong nhiều lĩnh vực [3]. Một là, Việt Nam cần duy trì tỷ lệ sinh hợp lí nhằm làm chậm tốc độ già hóa dân số. Hai là, chính phủ nên làm tốt công tác hướng nghiệp, đào tạo nguồn nhân lực phù hợp với nhu cầu của thị trường. Thứ ba, chính phủ cần đi tắt đón đầu, xây dựng chiến lược trong lĩnh vực công nghệ, nhằm phát triển các ngành nghề có giá trị kinh tế cao. **Thật không dễ để** Việt Nam có cơ cấu dân số như thời điểm hiện tại. Hơn bao giờ hết Chính phủ nên đầu tư đúng hướng vào giáo dục để tạo dựng nguồn lao động không những như vàng về cơ cấu mà còn như vàng về tay nghề và trí tuệ; biến cơ hội vàng về dân số thành cơ hội phát triển nhanh mạnh của quốc gia.

Tài liệu tham khảo:

1. Dân số Việt Nam năm 2019 tại https://danso.org/viet-nam/
2. Phạm Phường (2018). Phát huy lợi thế cơ cấu "dân số vàng". *Báo nhân dân*
3. Minh Bắc (2015). Cơ cấu "dân số vàng" và thách thức hiệu ứng ngược. *Báo Hà Nội mới*

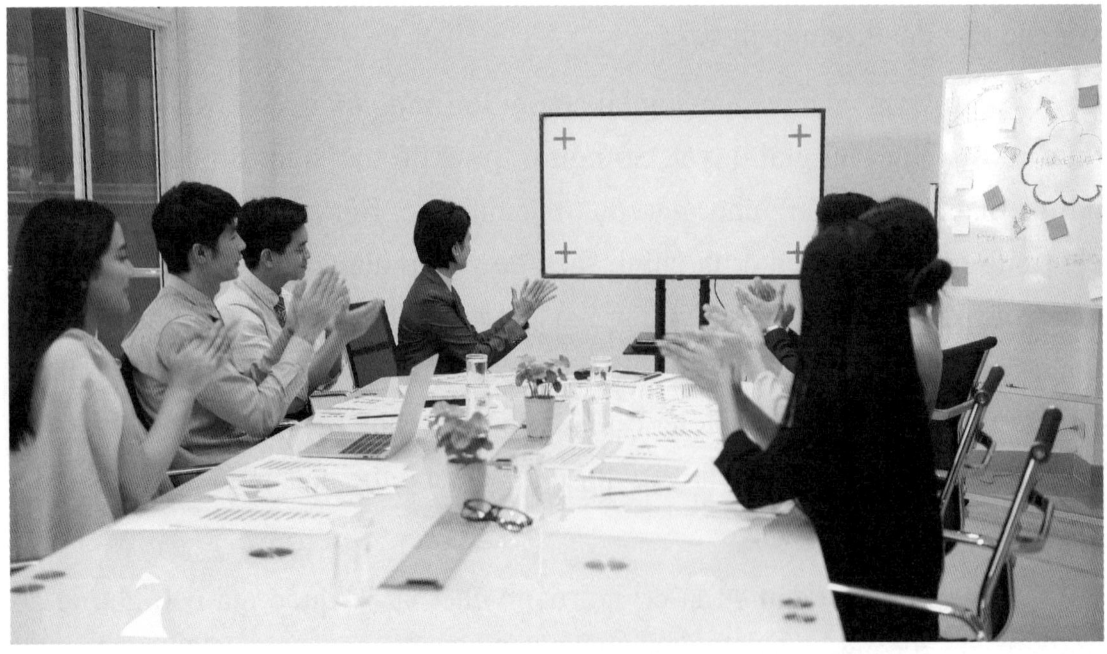

Giới trẻ tại nơi làm việc

Từ Mới 生詞

▸MP3-1.2

1	quy mô	規模	13	định hướng nghề	職業定位；生涯定位
2	Liên Hợp Quốc	聯合國	14	chính sách	政策
3	thống kê	統計	15	điều chỉnh	調整
4	tuổi lao động	勞動年齡	16	kịp thời	及時
5	tận dụng	利用	17	bức xúc	緊迫；緊急
6	tạo đà	創造	18	giải pháp	解決方案
7	khoa học	科學；科技	19	đón đầu	迎面；面對
8	vượt bậc	飛躍；越級	20	khuyến cáo	勸告
9	vươn mình	挺身而出	21	già hóa dân số	人口老齡化
10	triệt để	徹底	22	đi tắt	走較近的路
11	thách thức	挑戰	23	chiến lược	戰略
12	gánh nặng	負擔	24	trí tuệ	智慧

Đọc Hiểu 閱讀理解

1. Dựa vào nội dung bài đọc và trả lời các câu hỏi dưới đây.

1) Tại sao dân số lại ảnh hưởng đến phát triển kinh tế?

2) Người Việt có độ tuổi trung bình là bao nhiêu?

3) Cơ cấu vàng về dân số thường kéo dài bao lâu?

4) Thời gian của cơ cấu vàng dài hay ngắn bị ảnh hưởng bởi điều gì?

5) Lý do chất lượng nhân lực Việt được cải thiện đáng kể?

6) Số người đến tuổi lao động tăng nhanh có ảnh hưởng gì tới ngành giáo dục?

7) Tại sao Việt Nam chưa tận dụng triệt để cơ hội mà cơ cấu vàng về dân số mang lại?

____

____

8) Đô thị hóa nhanh tại Việt Nam mang đến hệ lụy gì?

____

____

9) Việt Nam có lĩnh vực nào cần đi tắt đón đầu?

____

____

10) Bằng cách nào để lao động Việt nâng cao tay nghề và trí tuệ?

____

____

2. Chọn Đúng (Đ) hay Sai (S) theo nội dung của bài đọc.

1) ( ) Dân số quan trọng vì người dân không những là người sản xuất mà cũng là người tiêu dùng.
2) ( ) Quy mô dân số của Việt Nam hiện xếp thứ 12 trên thế giới.
3) ( ) Khoảng một nửa lao động Việt dưới 50 tuổi.
4) ( ) Nguồn nhân lực Việt được đánh giá là đông về số lượng.
5) ( ) Việt Nam là quốc gia có sức hấp dẫn lớn với các nhà đầu tư nước ngoài.
6) ( ) Việt Nam đạt được những phát triển vượt bậc về kinh tế nhờ cơ hội vàng về dân số.
7) ( ) Chất lượng lao động của Việt Nam tăng nhờ đầu tư đúng hướng vào nghiên cứu khoa học.
8) ( ) Lao động trẻ tăng nhanh có thể là một sức ép cho ngành y tế.
9) ( ) Đô thị hóa nhanh khiến nhiều nông dân mất công ăn việc làm.

3. Chọn hai câu có ý phù hợp nhất cho mỗi đoạn văn.

1) Việt Nam thuộc nhóm 14 nước đông dân trên thế giới.
2) Cơ cấu vàng về dân số vừa là cơ hội vừa mang đến nhiều thách thức.
3) Việt Nam cần đầu tư vào giáo dục để biến cơ hội vàng về dân số thành cơ hội phát triển nhanh mạnh của quốc gia.
4) Người Việt Nam có tuổi trung bình là 31 tuổi.
5) Việt Nam có được nhiều thành tựu trong giai đoạn cơ cấu vàng về dân số.
6) Để tận dụng cơ hội vàng về dân số Việt Nam có thể thực hiện theo khuyến cáo của các chuyên gia.
7) Cơ cấu vàng về dân số có thể kéo dài từ 30 đến 35 năm.
8) Việt Nam còn thiếu lao động kĩ thuật có trình độ cao.

Đoạn văn 1		Đoạn văn 2		Đoạn văn 3		Đoạn văn 4	

4. Chọn đáp án đúng nhất theo nội dung bài đọc.

1) (　) Dân số Việt Nam được nhắc đến trong bài có đặc điểm:
   A. Dân số trẻ có cơ hội tiếp cận khoa học và công nghệ hiện đại
   B. Trung bình cứ ba người dân thì có 2 người trong độ tuổi lao động
   C. Quy mô dân số lớn
   D. Tất cả các đáp án trên

2) (　) Cụm từ "bức xúc trong dư luận" ở đoạn 3 có thể được hiểu là:
   A. Vấn đề được người dân đồng thuận
   B. Vấn đề được nhiều người chú ý
   C. Vấn đề khẩn cấp được dư luận quan tâm và cần sớm giải quyết
   D. Tin tức nóng hổi trên mạng xã hội

3) ( ) Cụm từ "như vàng về tay nghề và trí tuệ" có thể được hiểu là:

A. Lao động chất lượng cao cả thực hành cũng như chuyên môn

B. Tay nghề cao, làm việc năng suất

C. Cả trí tuệ và tay nghề của con người quý giá như vàng

D. Lao động giỏi là tài sản của quốc gia

4) ( ) Giải pháp nào để tận dụng cơ cấu vàng về dân số không được nhắc đến trong bài?

A. Duy trì tỷ lệ sinh hợp lý

B. Sử dụng kỹ thuật hiện đại vào phân tích, nghiên cứu và dự báo dân số

C. Phát triển những ngành tạo giá trị kinh tế cao

D. Chú trọng công tác hướng nghiệp

Thành phố Hà Nội lúc hoàng hôn

Luyện Tập Từ Vựng 詞彙練習

1. Theo nội dung bài đọc, nối từ phù hợp với định nghĩa cho sẵn.

1) Quy mô • • a) Một điều gì đó có thể gây thiệt hại hoặc nguy hiểm.

2) Điều tiết • • b) Sắp xếp để kế hoạch hay công việc hợp lí, không bị mất cân đối.

3) Lực lượng • • c) Sự đòi hỏi hoặc mong muốn về tinh thần và vật chất.

4) Cơ hội • • d) Phát triển nhanh mạnh hơn mức độ bình thường.

5) Thách thức • • e) Hoàn cảnh thuận lợi có được để thành công.

6) Giải pháp • • f) Độ lớn về khuôn khổ hay về mặt tổ chức.

7) Nhu cầu • • g) Cách giải quyết vấn đề.

8) Chính sách • • h) Đường lối và kế hoạch cụ thể cho một giai đoạn nhất định.

9) Vượt bậc • • i) Sức mạnh của con người được tổ chức lại với nhau.

10) Khuyến cáo • • j) Đưa ra lời khuyên, thường là lời khuyên công khai.

2. Chọn từ cho sẵn trong phần 1 để hoàn thành các câu sau (không cần dùng tất cả các từ).

1) Chính phủ ________________ người dân đeo khẩu trang khi đến nơi công cộng.

2) Chiến dịch hưởng ứng giờ trái đất đang diễn ra trên ________________ lớn chưa từng thấy.

3) Trồng thêm cây xanh và tái chế rác thải là hai trong nhiều ________________ để bảo vệ môi trường.

4) Khôi phục kinh tế sau đại dịch là ________________ lớn đối với hầu hết các quốc gia.

5) Chính phủ Đài Loan đang thúc đẩy ________________ Tân Hướng Nam.

6) Vào mùa hè, ________________ về du lịch biển tăng cao.

7) Du học Việt Nam là ________________ tốt để học tiếng Việt.

3. Sử dụng các từ cho sẵn để điền vào chỗ trống.

1) Dân số / dân cư

- Vị trí địa lý và môi trường sống có ảnh hưởng lớn đến mật độ ________________ của một vùng.
- Việt Nam là một quốc gia có quy mô ________________ tương đối lớn trên thế giới.
- Phần lớn ________________ Đài Loan tập trung sống ở thành phố Đài Bắc và Cao Hùng.

2) Chất lượng / số lượng

- Năng xuất và ________________ lao động sẽ quyết định tốc độ và năng lực phát triển của một quốc gia.
- ________________ lao động tăng nhanh gây sức ép cho Việt Nam trong đào tạo và giải quyết việc làm.
- Người tiêu dùng nhiều nơi còn e ngại về ________________ hàng hóa của Trung Quốc.

3) Việc làm / làm việc

- Formosa Hà Tĩnh đã tạo nhiều ________________ cho người dân trong vùng với thu nhập ổn định.
- Giỏi ngoại ngữ giúp sinh viên mới tốt nghiệp có nhiều cơ hội ________________.
- Ai cũng muốn được ________________ ở một môi trường năng động với mức lương cao.

4) Hạn chế / lợi thế

- Yếu trong kỹ năng giao tiếp là một ________________ của các sinh viên trẻ khi đi xin việc.

- Việt Nam có ______________ về mặt địa lý, văn hóa và chính trị ổn định nên nhiều doanh nhân Đài Loan quyết định đến đây đầu tư.
- Chúng ta cần tìm biện pháp ______________ bất bình đẳng và bất công trong xã hội.

4. Viết thêm các từ liên quan đến các danh mục dưới đây.

Việc làm:

____

____

Kinh tế:

____

____

Dân số:

____

____

Ngữ Pháp 語法筆記

▸MP3-1.3

1) đồng thời 「同時」

◉ Máy tính có thể đồng thời thực hiện nhiều lệnh cùng một lúc.

電腦可以同時執行多個命令。

Giải thích 語法說明

– Trạng từ "đồng thời" được dùng để chỉ ra một sự việc được xảy ra cùng lúc với một sự việc khác.

– 副詞「đồng thời」（同時）用來表達兩件事情同時發生。

Ví dụ:

- Gia đình là nhà **đồng thời** cũng là trường học đầu đời của mỗi chúng ta.
- Bảo tồn văn hóa của 54 dân tộc cũng **đồng thời** là gìn giữ tính đa dạng và độc đáo trong văn hóa của Việt Nam.
- Bên cạnh phấn đấu vì công việc, chúng ta cần **đồng thời** cân bằng các mối quan hệ xã hội.
- ______________________________
  ____
- ______________________________
  ____
- ______________________________
  ____
- ______________________________
  ____

2) chưa ... do ... 「還沒……因為（理由）……」

◉ Tàu điện trên cao tại Hà Nội chưa được hoàn thành do nhiều nguyên nhân.

河內地鐵因為許多原因而尚未完工。

Giải thích
語法說明

– Cấu trúc này được sử dụng để kết nối hai cụm từ, mệnh đề, hoặc từ. "Do" có nghĩa như "bởi vì", nhưng "do" dùng nhiều trong văn viết; "bởi vì" thường được sử dụng trong văn nói.

– 此結構用來連接兩個片語、子句或詞彙。「do」意思是「bởi vì」，但「do」較常用於寫作上；「bởi vì」通常用於口語中。

Ví dụ:

- Thí nghiệm này **chưa** có được kết quả mong đợi **do** áp dụng sai phương pháp.
- Em **chưa** thi được bằng lái xe **do** không qua ở nội dung thi viết.
- Nhiều gia đình trẻ **chưa** muốn có con **do** áp lực công việc quá lớn.
- ______________________________
- ______________________________
- ______________________________
- ______________________________

3) song cũng đặt ra 「但也產生 / 但也造成」

◉ Công nghệ 4.0 mang lại cơ hội, song cũng đặt ra nhiều thách thức.

第四次工業革命帶來機會，但也產生了許多挑戰。

Giải thích 語法說明

– Cụm từ này dùng để nối hai phần trong câu, khi phần thứ hai có ý nghĩa trái ngược với phần thứ nhất.

–「song cũng đặt ra」（但也產生 / 但也造成）為片語，用於連接一個句子中具有相反意義的兩個部分。

Ví dụ:

- Dân số trẻ tăng tạo đà cho phát triển kinh tế, **song cũng đặt ra** nhiều áp lực cho ngành giáo dục.
- Đài Loan chấp nhận hôn nhân đồng giới thể hiện một bước tiến lớn trong bình đẳng **song cũng đặt ra** nhiều thảo luận trái chiều.
- Công nghệ phát triển nhanh mang đến sự tiện lợi cho cuộc sống, **song cũng đặt ra** nhiều vấn đề xã hội.
- ______________________________
- ______________________________
- ______________________________
- ______________________________

4) thật không dễ để + Verb 「很不容易」

◉ Con người thật không dễ để thay đổi thói quen.

人們很不容易改變自己的習慣。

Giải thích 語法說明

– Cấu trúc này dùng để thể hiện một tình huống hoặc một sự việc khó có thể đạt được. Giọng văn mang âm hưởng tiếc nuối.

– 此句型用來感嘆某情況或事情不容易達成，或表示能達成這樣的情況非常不簡單。

Ví dụ:

- Học ngoại ngữ **thật không dễ để** đạt được trình độ cao chỉ trong ngắn hạn.
- Nước Mỹ **thật không dễ để** vượt qua cuộc khủng hoảng từ bong bóng bất động sản.
- Đối với tôi mà nói, **thật không dễ để** quên đi những kỷ niệm buồn trong quá khứ.
- ______
- ______
- ______
- ______

5) không bao giờ ... nữa 「再也不……了」

◉ Cô ấy hứa sẽ không bao giờ đến muộn nữa.

她答應再也不會遲到了。

Giải thích
語法說明

– Cấu trúc "không bao giờ + Verb / VO + nữa" dùng để chỉ một hành động hoặc tình huống đã chấm dứt và sẽ không tiếp tục hoặc không xảy ra nữa.

– 這個句型「không bao giờ + Verb / VO + nữa」（再也不……了）用表示停止某動作或狀況。

Ví dụ:

- Cơ hội đến nếu chúng ta không nắm lấy thì sẽ **không bao giờ** có được **nữa**.
- Sau tai nạn giao thông đó, anh ấy nghĩ mình sẽ **không bao giờ** dùng điện thoại khi lái xe **nữa**.
- Sau khi biết tác hại của nước ngọt, anh ấy quyết định sẽ **không bao giờ** uống nó **nữa**.
- ______________________________

  ____
- ______________________________

  ____
- ______________________________

  ____
- ______________________________

  ____

Luyện Nói 口語練習

Hãy dùng ngữ pháp đã học "thật không dễ để" hoặc "không bao giờ ... nữa" để hoàn thành đoạn hội thoại.

Ví dụ:

Nam: Tập đoàn Fomosa nói gì sau sự kiện môi trường biển năm 2017 tại Việt Nam?

Hoa: Sau sự kiện năm 2017, Fomasa hứa sẽ **không bao giờ** để điều tương tự xảy ra **nữa**.

1) *Nam:* Chúng ta chuẩn bị tốt nghiệp đại học rồi. Mình thấy tiếc vì đã không tham gia cuộc thi rô bốt năm nay.

Hoa: ______________________________

____

2) *Mai:* Mình rất thích đi dạo dưới hàng cây này nhưng nghe nói nó sắp bị chặt rồi.

Hà: ______________________________

____

3) *Hải:* Bạn biết tin Việt Nam đạt Á Quân giải bóng đá U23 Châu Á chưa?

Hoa: ______________________________

____

4) *Nam:* Mình nghĩ vừa học vừa làm có thể sớm tích lũy kinh nghiệm. Bạn nghĩ thế nào về vấn đề này.

Hoa: ______________________________

____

5) *Nam:* Hành động nói chuyện gây ồn ở nơi công cộng là hành vi kém tinh tế.

Hoa: ______________________________

____

6) *Nam:* David Beckham sẽ tham gia chương trình từ thiện của trường mình vào tuần tới.

Hoa: ______________________________

____

7) *Nam:* Bạn biết tin Mai giành được học bổng 100% của Đại học danh tiếng Havard chưa?

Hoa: ______________________________

____

8) *Nam:* Thư viện là nơi cung cấp sách và tư liệu học tập cho sinh viên. Tuy nhiên một vài người nghĩ rằng mạng internet phát triển khiến cho thư viện trở nên lỗi thời. Bạn cảm thấy thế nào về suy nghĩ này?

Hải: ______________________________

____

Luyện Viết 寫作練習

1. Sử dụng cấu trúc "đồng thời" để viết lại câu, có thể loại bỏ một số từ.

Ví dụ:

Cuối năm siêu thị có nhiều hoạt động khuyến mại, bốc thăm, mua 2 tặng 1 và còn giảm giá 20% rất nhiều mặt hàng.

→ Siêu thị thực hiện **đồng thời** nhiều hoạt động khuyến mại vào dịp cuối năm.

1) Sinh viên nghèo không những được miễn học phí mà còn có thể xin trợ cấp hàng tháng từ Nhà nước.

____

____

____

2) Đài Loan nới lỏng điều kiện miễn Visa ngắn hạn cho người Việt Nam không chỉ thắt chặt quan hệ ngoại giao mà còn thúc đẩy hợp tác về du lịch, thương mại giữa hai bên.

____

____

____

3) Ngày 23/10/2018, quốc hội đã tuyên bố: "Tổng Bí thư Nguyễn Phú Trọng trúng cử Chủ tịch nước Việt Nam nhiệm kỳ 2018-2021".

____

____

____

2. Dùng cấu trúc "song cũng đặt ra" và các từ cho sẵn để viết thành câu hoàn chỉnh.

1) Trở thành hoa hậu trái đất / là niềm vinh dự / nhiều nhiệm vụ cần thực hiện.

____

____

____

2) Cô ấy chỉ dùng 2 năm / những vấn đề về sức khỏe / có sự nghiệp thành công / điều đáng mừng.

____

____

____

3) Phát triển điện hạt nhân / ô nhiễm môi trường / có lợi cho kinh tế và chính trị / một số quan ngại.

____

____

____

4) Tiết kiệm thời gian / mua hàng qua mạng / nhanh chóng / một số thắc mắc về chất lượng hàng hóa.

____

____

____

5) Nhiều vấn đề liên quan đến phân phối / sản xuất vaccine Covid / đã đạt được những kết quả đáng kể.

____

____

____

3. Dùng cấu trúc "chưa ... do ..." để hoàn thành câu.

1) Dự án này **chưa** hoàn thành **do** ________________________________

____.

2) Họ yêu nhau 6 năm nhưng **chưa** kết hôn **do** ______________________

____.

3) Tan học đã lâu nhưng cô ấy **chưa** về nhà **do** _____________________

____.

4) Ngành công nghiệp ô tô **chưa** phát triển **do** ______________________

____.

5) Cô ấy bán hàng online **chưa** thành công **do** ______________________

____.

6) Việt Nam **chưa** thực hiện được ước mơ vô địch U23 Châu Á **do** ______

____.

Luyện Nghe 聽力練習

▸MP3-1.4

Nghe và đánh dấu vào những thông tin đúng.

1) (　　) Dân số Đài Loan năm 2020 đạt khoảng:

A. 23 triệu người　　B. 23,7 triệu người

C. 23,87 triệu người　　D. 23,78 triệu người

2) (　　) Người trong tuổi lao động của Đài Loan chiếm khoảng bao nhiêu %?

A. 16 %　　B. 12,7 %

C. 71,3 %　　D. 72,1 %

3) (　　) Các vấn đề Đài Loan đang phải đối mặt gồm:

A. Tỷ lệ sinh thấp

B. Già hóa dân số

C. Mất cân bằng dân cư giữa các vùng

D. Cả A/B/C

4) (　　) Xu hướng của nhiều bạn trẻ ngày nay:

A. Không muốn sinh con　　B. Mua sắm trực tuyến

C. Tự lập sớm　　D. Cả A/B/C

5) (　　) Tỷ lệ sinh của Đài Loan thấp dẫn tới điều gì?

A. Thiếu lao động trong tương lai

B. Tỷ lệ phụ thuộc ngày càng cao

C. Giới trẻ phải đảm nhận nhiều gánh nặng

D. Cả A/B/C

6) (　　) Tuổi thọ trung bình của người Đài Loan là:

A. 70 tuổi　　B. 75 tuổi

C. 78 tuổi　　D. Không nhắc đến

7) (　　) Tỷ lệ người già tăng đặt ra thách thức cho:

A. Ngành giáo dục　　B. Ngành giao thông

C. Ngành y tế　　D. Ngành công nghiệp

8) (　) Người dân tập trung đến thành phố làm cho:

A. Thành phố bị ô nhiễm

B. Giá nhà ở thành phố quá cao

C. Nông thôn thiếu hụt lao động

D. Cả A/B/C

9) (　) Hiện có một lượng lớn lao động từ đâu đến Đài Loan?

A. Từ Đông Á

B. Từ Đông Nam Á

C. Từ Nam Á

D. Không nhắc đến

Bài Tập Về Nhà 作業

1. Đặt câu với những từ và ngữ pháp cho sẵn.

1) quy mô: ______________________________

____

2) già hóa dân số: ______________________________

____

3) cơ hội: ______________________________

____

4) đồng thời: ______________________________

____

5) định hướng nghề nghiệp: ______________________________

____

6) giải pháp: ______________________________

____

7) trí tuệ: ______________________________

____

8) chưa ... do ...: ______________________________

____

9) song cũng đặt ra: ______________________________

____

10) thật không dễ để: ______________________________

____

11) không bao giờ ... nữa ...: ______________________________

____

2. Đánh máy

1) Viết một bài luận ngắn về vấn đề dân số của Đài Loan *(từ 500 từ đến 1000 từ).*

2) Thân Nhân Trung (1419 - 1499) có câu nói: "Hiền tài là nguyên khí của quốc gia". Bạn hiểu thế nào về câu nói này.

   Bạn có đồng ý rằng: tài năng và đạo đức của người dân chính là khí chất làm nên sự phát triển của một đất nước.

Nhà thờ Đức Bà tại Thành phố Hồ Chí Minh

Bài 2
Âm Nhạc và Cuộc Sống

音樂及生活

Nghệ sĩ người dân tộc Mông thổi "khèn" bên bờ suối

Ý Kiến Cá Nhân 個人意見

1. Bạn thường nghe nhạc vào khi nào? Tại sao?

2. Theo bạn âm nhạc có vai trò và ảnh hưởng gì tới cuộc sống của chúng ta.

3. Trình bày cảm nghĩ của bạn về câu nói: "Âm nhạc lấp đầy khoảng vô hạn giữa hai tâm hồn / Music fills the infinite between two soul."
(Rabidnranath Tagore)

Bài Đọc 課文

MP3-2.1

Âm nhạc xuất hiện từ rất sớm và là một phần quan trọng trong đời sống tinh thần của con người. Các nhà lý luận đã chỉ ra rằng âm nhạc viết ra **không phải là** vì âm nhạc, **mà là** vì cuộc sống. Không chỉ mang đến niềm vui, âm nhạc còn có thể xoa dịu tinh thần và là chất keo gắn kết cộng đồng. Người Việt Nam từ khi sinh ra đã sống với lời ru của mẹ. Lúc lớn lên mỗi người có thị hiếu âm nhạc khác nhau, nhưng khi âm nhạc cất lên thì dường như có một sợi dây vô hình giúp con người như xích lại gần nhau. Trong khuôn khổ nhỏ của bài viết này người viết muốn trao đổi về tác động lớn của âm nhạc tới cuộc sống.

Bắt nguồn từ chính cuộc sống, âm nhạc phát triển cùng với sự phát triển của xã hội. Người xưa **dùng** những vật liệu gần gũi như đá, tre nứa, lá cây, hay con sò **để** làm nhạc cụ giải trí. Sau hàng nghìn năm lịch sử, những nhạc cụ sơ khai như đàn đá, đàn bầu, sáo trúc ... vẫn được bảo tồn, sử dụng và mang ý nghĩa cực lớn về mặt lịch sử âm nhạc. Ngày nay xã hội phát triển, thế giới âm nhạc cũng trở nên đa dạng, muôn màu. Những nhạc cụ tân tiến như đàn piano, đàn gitar, đàn organ, ... đã và đang được con người sử dụng để làm giàu thêm cho kho tàng âm nhạc từ ngàn đời xưa để lại.

Dựa trên quan điểm của y học thì âm nhạc có một số tác động tích cực đến sức khỏe con người [1]. Những người nghe nhạc lành mạnh sẽ tăng hoóc-môn vui vẻ, giảm stress, kích thích tích cực vào tế bào não. Nghe nhạc còn giúp người ta ăn ngon miệng hơn, ngủ sâu giấc hơn, tăng chỉ số thông minh cho trẻ nhỏ. **Đó** cũng **là lí do** tại sao nhiều bố mẹ cho con nghe nhạc từ khi con còn trong bụng mẹ. Bên cạnh đó, nhiều ý kiến cho rằng âm nhạc còn là cầu nối tâm hồn, giúp quan hệ trong gia đình ấm áp hơn, các mối quan hệ với bạn bè, đồng nghiệp thêm phần thân thiện và tích cực.

Ngoài tác dụng tích cực, âm nhạc cũng tiềm ẩn những tác động tiêu cực khi chúng ta nghe nhạc không đúng cách [2]. Những em bé nghe nhạc tiêu cực có thể trở nên biếng ăn khó ngủ, người trưởng thành nghe nhạc tiêu cực có nhiều khả năng bị trầm cảm và tính tình nóng giận, người cao tuổi nghe nhạc thiếu tích cực dễ bị suy giảm ý chí và niềm tin. Hơn thế nữa một quốc gia nếu không quản lý tốt việc phát triển và sử dụng âm nhạc thì quốc gia ấy dễ xảy ra xung đột. Chúng ta **nhận ảnh hưởng từ** âm nhạc cho nên nghe nhạc cần chọn lọc nội dung, chọn thời điểm cũng như không gian phù hợp.

Nhận thức rõ vai trò của âm nhạc tới cuộc sống và vai trò của con người trong việc phát triển và nâng cao giá trị của âm nhạc, nên ngay từ đầu Chính phủ Việt Nam đã có đường lối phát triển về văn hóa và văn nghệ. Nhờ có định hướng đúng nên nền âm nhạc Việt trong những năm qua thực sự đã góp phần to lớn vào công cuộc bảo vệ và xây dựng đất nước. Trong thế giới đa phương tiện ngày nay các bậc cha mẹ nên hình thành cho bản thân gu âm nhạc phù hợp, nhắc nhở con cháu hướng tới cái tốt, cái đẹp khi tiếp cận với các trường phái âm nhạc mới, vì cộng đồng người Việt lành mạnh, hoà nhập sâu rộng vào nền âm nhạc thế giới.

Tài liệu tham khảo:

1. Phương Hà (2019). Lợi ích của âm nhạc với sức khỏe. *Báo sức khỏe và đời sống.*
2. Rigby, S. (2019). Is heavy metal bad for your mental health? *Science Focus -https://www.sciencefocus.com/science/is-heavy-metal-bad-for-your-mental-health/*

Nghệ sĩ dân gian biểu diễn tại đình làng Sở, huyện Quốc Oai

Chợ đêm Bắc Hà

Từ Mới 生詞

▸MP3-2.2

1	âm nhạc	音樂	14	muôn màu	五顏六色的
2	cuộc sống	生活	15	tân tiến	進步；現代
3	xoa dịu	安撫	16	quan điểm	觀點
4	khuôn khổ	框架	17	lành mạnh	健康
5	lời ru	搖籃曲；催眠曲	18	kích thích	刺激
6	thị hiếu	嗜好	19	tế bào	細胞
7	vô hình	無形的	20	chỉ số	指數
8	trao đổi	交換	21	thân thiện	友好的
9	tác động	影響	22	ý chí	意志
10	bắt nguồn	起源；從……起	23	niềm tin	信念
11	nhạc cụ	樂器	24	xung đột	衝突
12	sơ khai	最初；初始	25	định hướng	定位；訂定方向
13	bảo tồn	保存	26	gu âm nhạc	音樂愛好

Đọc Hiểu 閱讀理解

1. Dựa vào nội dung bài đọc và trả lời các câu hỏi dưới đây.

1) Theo bài viết, âm nhạc mang đến điều gì cho con người?

2) Người Việt từ khi sinh ra thường được nghe loại nhạc nào?

3) Người xưa dùng những thứ gì làm nhạc cụ giải trí?

4) Ngày nay những nhạc cụ nào được nhiều người sử dụng?

5) Theo y học thì âm nhạc có tác động như thế nào tới sức khỏe?

6) Tại sao nhiều bố mẹ cho con nghe nhạc từ khi mang bầu?

7) Người trưởng thành nghe nhạc tiêu cực có bị ảnh hưởng không?

____

____

8) Theo bài viết khi nghe nhạc chúng ta cần chú ý điều gì?

____

____

2. Chọn Đúng (Đ) hay Sai (S) theo nội dung của bài đọc.

1) (　) Âm nhạc luôn mang niềm vui đến cho người nghe.
2) (　) Mỗi người thường có một thị hiếu âm nhạc khác nhau.
3) (　) Những nhạc cụ sơ khai được bảo tồn và có ý nghĩa lịch sử to lớn.
4) (　) Nhạc cụ hiện đại đã thay thế hoàn toàn cho những nhạc cụ truyền thống.
5) (　) Nghe nhạc lành mạnh có ảnh hưởng tích cực tới sức khỏe con người.
6) (　) Âm nhạc kết nối con người, làm cho mối quan hệ bạn bè, gia đình trở nên tốt hơn.
7) (　) Âm nhạc giúp ổn định xã hội và thúc đẩy quá trình hội nhập quốc tế.

3. Chọn hai câu có ý phù hợp nhất cho mỗi đoạn văn.

1) Âm nhạc viết ra để phục vụ cho con người.
2) Âm nhạc có một lịch sử lâu đời, phát triển cùng với sự phát triển của xã hội.
3) Bên cạnh tác động tích cực, âm nhạc cũng tiềm ẩn những tác động tiêu cực.
4) Người lớn cần đóng vai trò định hướng trẻ nhỏ trong việc thưởng thức âm nhạc.

5) Nghe nhạc giúp giảm căng thẳng và kích thích tích cực vào tế bào não.

6) Âm nhạc như một sợi dây vô hình đưa con người đến gần nhau hơn.

7) Không chỉ có lợi cho sức khỏe, âm nhạc còn giúp trẻ phát triển trí thông minh.

8) Thế giới âm nhạc ngày nay đa dạng, muôn màu.

9) Chính phủ đã có những định hướng tốt về phát triển văn hóa và nghệ thuật.

10) Nghe nhạc cần chọn lọc nội dung, thời điểm và không gian phù hợp.

Đoạn văn 1		Đoạn văn 2		Đoạn văn 3		Đoạn văn 4		Đoạn văn 5	

4. Chọn đáp án đúng nhất theo nội dung bài đọc.

1) ( ) Âm nhạc và cuộc sống có mối quan hệ chặt chẽ, âm nhạc giúp :
A. Mang đến niềm vui cho con người
B. Xoa dịu nỗi buồn trong cuộc sống
C. Là chất keo gắn kết cộng đồng
D. Tất cả các đáp án trên

2) ( ) Các nhạc cụ âm nhạc phổ biến hiện nay gồm:
A. Các nhạc cụ hiện đại như đàn piano, gitar, organ, v.v.
B. Đàn bầu, đàn đá, đàn tranh, sáo trúc, v.v.
C. Đàn tỳ bà, đàn nhị, nguyệt cầm, v.v.
D. Bao gồm cả A, B và C

3) ( ) Nghe nhạc phù hợp không chỉ khiến con người vui vẻ mà còn có thể:
A. Tăng hiệu quả học tập, làm việc.
B. Phát triển trí thông minh của trẻ nhỏ
C. Giúp chữa các bệnh về tâm lý, thần kinh
D. Giúp tăng cường tình cảm vợ chồng

4) ( ) Những tác động tiêu cực của âm nhạc khi nghe nhạc không phù hợp gồm:
A. Gây biếng ăn ở trẻ nhỏ
B. Mất ngủ ở người lớn
C. Gây trầm cảm, tính tình nóng giận
D. Bao gồm cả A, B và C

Luyện Tập Từ Vựng 詞彙練習

1. Theo nội dung bài đọc, tìm từ phù hợp với định nghĩa cho sẵn ở bên dưới.

cộng đồng	sơ khai	tân tiến	thị hiếu
bảo tồn	đàn bầu	kích thích	xoa dịu
lời ru	bảo vệ	lành mạnh	

1) ________________: Có ích cho thể chất hoặc tinh thần.
2) ________________: Xu hướng, hay sở thích riêng của mỗi người.
3) ________________: Giữ gìn, không để mất đi.
4) ________________: Sự vật hay tư tưởng mới và tiến bộ.
5) ________________: Giữ cho luôn được nguyên vẹn, không bị hỏng.
6) ________________: Lời hát dân gian, ru cho trẻ nhỏ ngủ.
7) ________________: Buổi ban đầu khi mới hình thành.
8) ________________: Nhạc cụ dân tộc, làm từ một quả bầu khô và một sợi dây kim loại tạo âm thanh.
9) ________________: Nhiều người cùng gắn bó thành một nhóm hoặc một tổ chức.
10) ________________: Tác động đến giác quan hoặc hệ thần kinh của con người.
11) ________________: An ủi để giảm nhẹ sự căng thẳng, hay nỗi buồn của người khác.

2. Chọn từ cho sẵn trong bảng để hoàn thành các câu sau.

cộng đồng	bảo tồn	quan điểm	lành mạnh
thị hiếu	xoa dịu	bảo vệ	đàn bầu

1) Tôi được biết ________________ người Đài Loan tại Việt Nam có khoảng hơn 20000 người.
2) Sử dụng các sản phẩm xanh hiện đang là ________________ của nhiều người tiêu dùng Việt.
3) Chúng tôi giải quyết bất đồng ________________ bằng cách thẳng thắn nói chuyện với nhau.

4) Tôi đang rất cần một người ở bên để ________________ nỗi buồn này.

5) Tôn trọng lẫn nhau, cùng quan tâm chia sẻ công việc là những cách tốt để ________________ hạnh phúc gia đình.

6) Tập thể dục thường xuyên, thức dậy sớm và ăn bữa sáng mỗi ngày đều là những thói quen ________________

7) Nhắc đến nhạc cụ truyền thống, người ta thường nghĩ đến ________________

3. Sử dụng các từ cho sẵn điền vào chỗ trống.

1) Âm nhạc / ca nhạc

- Buổi biểu diễn ________________ tại Bờ Hồ cuối tuần này có nhiều ca sĩ nổi tiếng tham dự.
- ________________ là một màn biểu diễn nghệ thuật bằng âm nhạc và giọng hát.
- Trong các thể loại ________________, nhạc giao hưởng và nhạc đồng quê là hai thể loại tôi yêu thích nhất.

2) Đơn thuần / đơn giản

- Nhiều người nói rằng sống cuộc sống ________________ sẽ giúp chúng ta dễ dàng có được hạnh phúc hơn.
- Chiếc vòng này đối với tôi không chỉ mang ý nghĩa vật chất ________________ mà nó còn là kỷ niệm của bà nội tôi.
- Cuộc sống thời sinh viên của tôi rất ________________, sáng dậy tới trường, tối đến về nhà.

3) Tuyệt vời / tuyệt hảo

- ________________ là thứ gì đó rất hay, rất đẹp, không gì sánh được còn ________________ là nói đến một thứ có chất lượng cao.
- Dù bạn có một kế hoạch ________________ đến mấy nhưng bạn không tuân thủ theo kế hoạch thì cũng không thể thành công.
- Thứ người ta muốn mà không có được chính là thứ ________________ nhất trên đời.
- Tôm hùm hấp sả là một món ăn ________________, thơm ngon khó cưỡng của vùng biển Quy Nhơn.

4) Sở thích / sở trường

- _______________ chỉ điều ưa thích riêng của mỗi người còn _______________ là nói đến điểm mạnh, điểm giỏi vốn có của một người.
- Bố mẹ tôi có _______________ uống trà và xem thời sự vào buổi sáng.
- _______________ của anh ấy là đánh bóng rổ và chơi đàn guitar.

5) Bảo tồn / bảo vệ

- _______________ các nhạc cụ truyền thống là việc rất quan trọng và ý nghĩa nhưng cần sự chung tay của nhiều người.
- _______________ môi trường, gìn giữ lá phổi xanh của trái đất là trách nhiệm của không chỉ riêng ai.
- Một công ty có đạo đức kinh doanh nên _______________ thông tin cá nhân của tất cả khách hàng.

Ngữ Pháp 語法筆記 ▸MP3-2.3

1) dùng + Noun + để + Verb 「用 N 來 V」

◉ Xu hướng chung của thế giới là dùng ngoại giao để giải quyết tranh chấp và xung đột giữa các nước.

世界的大趨勢是利用外交來解決國家間的爭端和衝突。

Giải thích 語法說明

– Cấu trúc này được sử dụng để giới thiệu công cụ và mục đích. Danh từ đằng sau "dùng" là công cụ hoặc phương tiện cho động từ sau "để" sử dụng.

– 此句型用來表示工具和目的，表示接在「dùng」後面的名詞，為「để」後面的動詞所使用之工具或方法。

Ví dụ:

- Tôi luôn mến mộ các nhạc sĩ, những người có thể **dùng** âm nhạc **để** nói về câu chuyện và tình cảm của mình.
- Chính phủ **dùng** pháp luật **để** điều chỉnh hành vi của người dân và quản lý đất nước.
- Các nhà văn giỏi có khả năng **dùng** văn thơ **để** chống lại cái ác, cái xấu trong xã hội.
- ____
- ____
- ____

2) đó là lý do ... 「那就是為什麼……」

◉ Thất bại là mẹ đẻ của thành công. Đó là lý do tại sao chúng ta đừng bỏ cuộc một cách dễ dàng khi gặp khó khăn.

失敗是成功之母。那就是為什麼我們在遇到困難時不會輕易放棄的原因。

Giải thích
語法說明

– Cấu trúc này được sử dụng để chỉ ra tác động của các nguyên nhân đã được đề cập trước đó.

– 「đó là lý do ...」（那就是為什麼……）用於說明前述提到的原因所帶來的影響。

Ví dụ:

- Cô ấy không chỉ thân thiện mà còn đẹp. **Đó là lý do** rất nhiều người thích cô ấy.
- Nhạc không lời có tác dụng giảm căng thẳng và **đó là lý do** tôi thường nghe nhạc mỗi khi đọc sách.
- Đại dịch Covid bùng phát trên toàn cầu và **đó là lý do** khiến kinh tế của nhiều quốc gia bị suy thoái.
- Tiền lương ở Mỹ cao hơn ở Việt Nam và **đó là lý do** ____________

  ____
- ____

  ____
- ____

  ____

3) không phải là ... mà là ... 「不是……，而是……」

◉ Đối với sinh viên khoa kinh tế, tiếng anh không phải là môn học chuyên ngành mà là môn học bổ trợ.

對經濟系的學生來說，英語不是專業科目，而是輔助科目。

Giải thích
語法說明

– Cấu trúc này được sử dụng để giải thích hai khía cạnh của một vấn đề, thường sử dụng trong các văn bản. Nó chỉ ra một âm điệu ngắt quãng với hai vế, một phủ định và một khẳng định, bằng cách đặt "mà" giữa hai vế.

– 「không phải là ... mà là ...」（不是……，而是……）用於說明某事的兩個面向，多用於書面。本句型中的「mà」為轉折語氣，將「mà」前後一否定一肯定的兩部分做對比說明。

Ví dụ:

- Người nói tiếng Việt rất lưu loát kia **không phải là** sinh viên Việt Nam **mà là** sinh viên của Khoa Đông Nam Á.
- Đối với một doanh nghiệp, marketing **không phải là** hoạt động đầu tư **mà là** hoạt động để xây dựng thương hiệu.
- Cô ấy ăn chay **không phải là** ______________________
____
- ______________________
____
- ______________________
____
- ______________________
____

4) nhận ảnh hưởng từ 「受……的影響……」

⦿ Anh ấy học đại học ngành ngôn ngữ là do nhận ảnh hưởng từ mẹ của anh ấy.

因為受到母親的影響，所以他在大學念語言系。

Giải thích
語法說明

– "nhận ảnh hưởng từ" thể hiện một âm điệu thụ động, nhận ảnh hưởng từ người hoặc vật khác.

– 「nhận ảnh hưởng từ」（受……的影響……）用於表示被動的人事物。

Ví dụ:

- Mặc dù **nhận ảnh hưởng từ** văn hóa Trung Quốc nhưng ngày tết nguyên đán của Việt Nam vẫn mang trong mình những nét độc đáo riêng.
- Tính cách của trẻ nhỏ **nhận ảnh hưởng** lớn **từ** gia đình và môi trường sống nên cha mẹ phải có hành vi và thái độ tốt để làm gương cho trẻ.
- Xu hướng nhạc pop ở Việt Nam **nhận ảnh hưởng** ________________________
____
- ____
____
- ____
____
- ____
____

5) dựa trên quan điểm của ... 「根據……的觀點……」

◉ Dựa trên quan điểm của y học hiện đại thì âm nhạc có tác động tích cực đến sức khỏe con người.

根據現代醫學的觀點，音樂對人類的健康有正面影響。

Giải thích
語法說明

– Cụm từ này được dùng để đưa ra đánh giá chuyên môn, ý kiến hoặc đề xuất của ai đó về một điều gì đó.

– 「dựa trên quan điểm của ...」（根據……的觀點……）用於某人對某事提出專業的評估、分析或建議。

Ví dụ:

- **Dựa trên quan điểm của** đạo phật thì mọi buồn vui, lo lắng con người gặp trong cuộc sống đều là kết quả từ kiếp trước.
- **Dựa trên quan điểm của** chuyên gia dinh dưỡng, uống một ly cà phê đen trước khi tập thể dục có thể nâng cao hiệu quả luyện tập.
- **Dựa trên quan điểm của** chuyên gia khí tượng thì thời tiết tuần sau sẽ trở nên rất lạnh, một số vùng núi cao có thể có tuyết rơi.
- ____
- ____
- ____

Luyện Nói 口語練習

Hãy dùng ngữ pháp đã học "không phải là ... mà là ..." hoặc "dựa trên quan điểm của ..." để hoàn thành đoạn hội thoại.

Ví dụ:

Nam: Bạn giữ tờ báo cũ này để làm gì vậy? Mình cho vào sọt rác nhé.

Hoa: Bạn đừng vứt đi. Giấy báo cũ **không phải là** rác **mà là** một nguồn nguyên liệu tái chế.

1) *Nam:* Xem phim Trung Quốc mình thấy đàn ông thường là người chịu trách nhiệm tài chính trong gia đình. Ở nước bạn thì sao?

Hoa: ______________________________

____

2) *Phóng viên:* Việt nam đã đoạt giải á quân cúp bóng đá U23 Châu Á tại Trung Quốc. Theo ông có phải nhờ họ đã thay huấn luyện viên mới không?

Bình luận viên: ______________________________

____

3) *Tú:* Bạn chuyển đến công ty Toyota làm việc vì muốn được gần bạn trai đúng không?

Mai: ______________________________

____

4) *Kha:* Bạn nghĩ sao nếu phải sống một tuần mà không có máy tính, điện thoại và internet?

Vân: ______________________________

____

5) *Bảo:* Chồng của bạn đối xử không tốt với bạn như vậy. Tại sao bạn không ly hôn đi?

Lan: ______________________________

____

6) *Nam:* Sao bạn không tha thứ cho anh ta vậy?

Hoa: ______________________________

____

7) *Vy:* Đâu là cơ sở để các bạn đưa ra kết luận rằng sự thay đổi tâm lý ở trẻ vị thành niên là một hiện tượng bình thường?

Tân: ______________________________

____

8) *Giám* đốc*:* Lần phát hành CD mới này đã tạo doanh thu cao gấp đôi cho công ty. Nhưng scandal về tình yêu của ca sỹ Mỹ Tâm đang làm tôi lo lắng.

Quản lý: ______________________________

____

9) *Hải:* Bạn chăm chỉ tập thể dục để giảm cân sao?

Hòa: ______________________________

____

Luyện Viết 寫作練習

1. Sử dụng cấu trúc "dùng + Noun + để + Verb" để viết lại câu, có thể loại bỏ một số từ.

1) Cũng giống như tiếng Anh, các đại từ nghi vấn trong tiếng Việt được dùng để hỏi về người hoặc vật nào đó, ví dụ như các đại từ: ai, cái gì, ở đâu...

→ Tiếng Anh và tiếng Việt đều **dùng** các đại từ nghi vấn **để** đặt câu hỏi về người hoặc vật nào đó.

2) Bác sỹ khuyên anh ấy nên nghe một vài bản nhạc êm dịu trước khi ngủ, như vậy sẽ dễ ngủ và ngủ sâu hơn.

____

____

____

3) Dựa vào tài năng và kinh nghiệm phân tích của mình mà cô ấy đã trở thành tỷ phú. Tất cả các cổ phiếu cô ấy đang có đều tăng giá.

____

____

____

4) Chúng ta cứ mải mê làm việc, mải mê kiếm tiền. Chỉ đến khi bị ốm, chúng ta mới hiểu ra rằng tiền không mua được sức khỏe và hạnh phúc.

____

____

____

2. Dùng cấu trúc "đó là lý do ..." và các từ cho sẵn để viết thành câu hoàn chỉnh.

1) Nhu cầu du lịch, làm việc và thăm thân giữa Đài Loan / Jetstar Pacific / đường bay Đà Nẵng – Cao Hùng / giá chỉ từ 480.000 đồng / kích thích nhu cầu đi lại giữa hai bên / Việt Nam là rất lớn.

____

____

____

2) Giáo sư / làm việc ở trường / là chủ biên của một tờ báo lớn / chúng ta rất khó để hẹn gặp ngài ấy.

____

____

____

3) Âm nhạc / một liều thuốc cho tâm hồn, /giúp tôi vượt qua những nỗi buồn / tôi chọn: "âm nhạc và cuộc sống" / đề tài cho bài viết của mình.

____

____

____

4) Rất nhiều người đang sống ảo / ăn Facebook, uống Facebook, ngủ cũng Facebook / chúng tôi muốn tiến hành nghiên cứu / đến cuộc sống con người / tác động của mạng xã hội.

____

____

____

Luyện Nghe 聽力練習

▸MP3-2.4

Nghe và đánh dấu vào những thông tin đúng:

1) (　　) Âm nhạc được xem là:
A. Một loại giai điệu
B. Một nghệ thuật
C. Một loại tâm tình
D. Cả A/B/C

2) (　　) Vai trò của âm nhạc được nhắc đến trong bài KHÔNG bao gồm:
A. Đại diện cho một dân tộc
B. Giúp thư thái tinh thần
C. Âm nhạc chữa bệnh và trị liệu
D. Làm sôi nổi bầu không khí

3) (　　) Loại nhạc mà tác giả thường hay nghe?
A. Nhạc quê hương
B. Nhạc phim
C. Nhạc không lời
D. Cả A/B/C

4) (　　) Tác giả thường nghe nhạc vào khoảng thời gian nào trong ngày:
A. Buổi sáng
B. Khi đi xe buýt
C. Khi buồn
D. Khi đọc sách và làm bài tập

5) (　　) Cảm nhận của tác giả về nhạc pop của Hàn Quốc:
A. Có MV đẹp và vũ đạo hấp dẫn
B. Ca sĩ Kpop thiếu sự đào tạo chuyên nghiệp
C. Rất tuyệt vời và còn tăng cường thị lực của người xem
D. Cả A/B/C

Bài Tập Về Nhà 作業

1. Đặt câu với những từ và ngữ pháp cho sẵn.

1) âm nhạc: ______________________________

____

2) cuộc sống: ______________________________

____

3) cộng đồng: ______________________________

____

4) quan điểm: ______________________________

____

5) trao đổi: ______________________________

____

6) trưởng thành: ______________________________

____

7) bảo vệ: ______________________________

____

8) không phải là ... mà là ...: ______________________________

____

9) nhận ảnh hưởng từ: ______________________________

____

10) đó là lý do: ____________________

____

11) dùng + N + để + V: ____________________

____

12) dựa trên quan điểm của: ____________________

____

2. Đánh máy

1) Viết một bài luận về thể loại nhạc yêu thích và thói quen nghe nhạc của bản thân. (500 đến 1000 từ)
2) Hãy cho biết cảm nghĩ của bạn về câu nói của Nhạc sĩ Trịnh Công Sơn: "Ở đâu có con người, ở đó có tiếng hát".

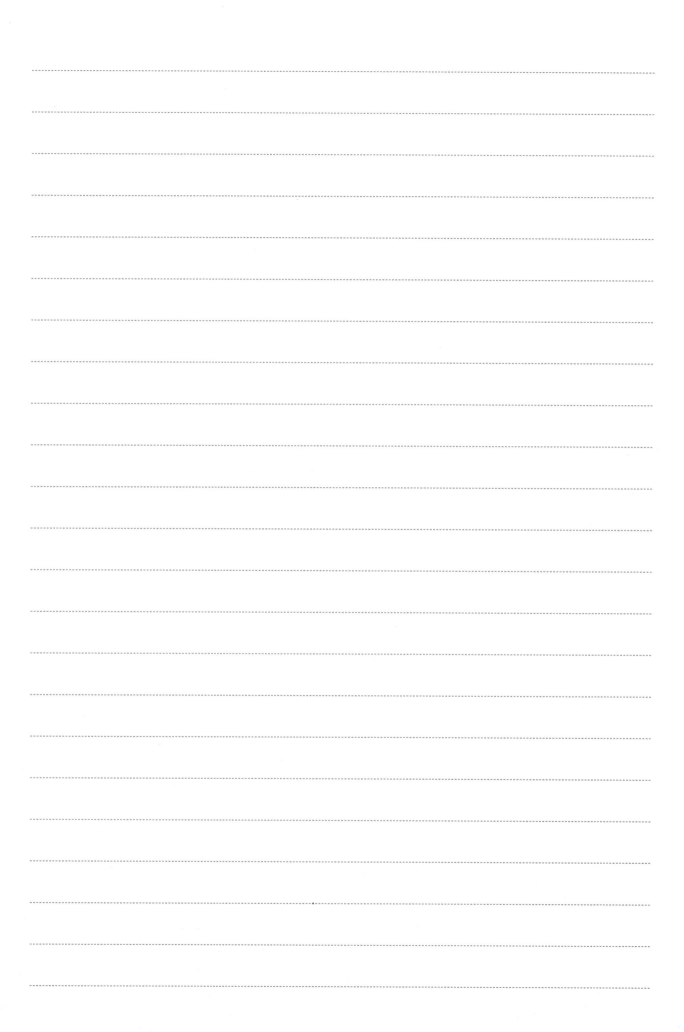

Bài 3
Văn Hóa Gia Đình
家庭文化

Gia đình người Việt đón tết âm lịch

Ý Kiến Cá Nhân 個人意見

1. Bạn nghĩ văn hóa gia đình có ảnh hưởng gì đến đặc điểm tính cách của một người.

____

____

____

____

2. Hãy trình bày ý kiến của bạn về nhận định: "gia đình là trường học đầu tiên của mỗi con người".

____

____

____

____

3. Theo bạn đâu là những điểm nổi bật trong văn hóa gia đình của người Đài Loan.

____

____

____

____

Bài Đọc 課文

▸MP3-3.1

Gia đình Việt Nam mang đậm chất Á Đông, được ảnh hưởng sâu sắc bởi phật giáo và nho giáo. Đặc điểm văn hóa nổi bật là truyền thống tôn trọng công đức tổ tiên, đề cao lòng hiếu thảo của con cháu với ông bà, cha mẹ và tinh thần đoàn kết giữa các thành viên trong gia đình. Hai câu ca dao:

"Cây xanh thì lá cũng xanh
Cha mẹ hiền lành để đức cho con"

đã ghi sâu vào tâm hồn người Việt từ nhiều đời trước. Câu ca như khẳng định vai trò của truyền thống gia đình đối với đạo đức của con trẻ, tự nhiên như cây xanh thì lá cũng xanh vậy.

Cuộc sống của người Việt Nam trong giai đoạn lịch sử cận đại và hiện đại có nhiều thay đổi. Đó là sự thay đổi từ chế độ phong kiến sang chế độ dân chủ, từ một quốc gia phụ thuộc thành một Nhà nước độc lập, có chủ quyền. Vì thế văn hóa trong gia đình Việt hiện đại có nhiều tiến bộ hơn gia đình truyền thống. Xã hội mới đề cao lợi ích, nguyện vọng và tính độc lập giữa các thành viên gia đình. Trong gia đình hiện đại, vợ chồng bình đẳng với nhau về quyền lợi và nghĩa vụ. Vợ chồng **một mặt** cùng yêu thương, chia sẻ trách nhiệm, **mặt khác** tạo điều kiện cho nhau cùng phát triển. Quan hệ giữa bố mẹ và con cái cũng có nhiều điểm mới, bố mẹ và các con dân chủ bàn bạc trong mọi việc, tôn trọng ý kiến lẫn nhau [1].

Những tiến bộ đã nêu là đáng ghi nhận, **song bên cạnh đó** văn hóa gia đình Việt Nam còn bộc lộ một vài điểm yếu cần khắc phục. Thứ nhất, kinh tế Việt Nam phát triển nhanh mạnh **mang đến** nhiều cơ hội làm việc **cho** người dân. Vì thế nếu cha mẹ chưa xác định tốt sẽ mải mê kiếm tiền, xem nhẹ cuộc sống gia đình. Thứ hai, khi các dịch vụ giải trí phát triển, một bộ phận cha mẹ dành nhiều thời gian tại các sân chơi thể thao hay tiệc tùng, đi sớm về muộn ảnh hưởng đến quỹ thời gian cho gia đình. Thứ ba, sức hút của mạng xã hội cũng đang khiến thời gian người ta dành cho gia đình ít hơn [2]. Cuối cùng nhưng cũng không kém phần quan trọng đó là sự phát triển của khoa học công nghệ đã thúc đẩy giao lưu văn hóa trên toàn cầu. Việc văn hóa nước ngoài du nhập vào nước ta có thể là nguy cơ, có hại tới các giá trị vốn có trong gia đình Việt truyền thống.

Tóm lại, văn hóa gia đình ngày nay tuy có nhiều thay đổi song vẫn mang trong mình những nét độc đáo riêng tạo nên bản sắc văn hóa Việt. **Để tránh** những mặt trái của phát triển kinh tế ảnh hưởng đến văn hóa gia đình, chúng ta cần giữ gìn bản sắc truyền thống, đồng thời tiếp thu có chọn lọc các tinh hoa văn hóa của nhân loại. Mỗi cá nhân cần có trách nhiệm duy trì và bảo vệ những nét đẹp văn hóa trong gia đình mình. Chính phủ cũng cần chú trọng vấn đề giáo dục đạo đức, lối sống và ứng xử văn hóa trong gia đình, để mỗi gia đình Việt Nam có thể hòa nhập với nền văn minh của thế giới hiện đại.

Tài liệu tham khảo:

1. Phương Dung (2016). Hạnh phúc là biết "Yêu thương và chia sẻ". *Đài tiếng nói Nhân Dân Thành Phố Hồ Chí Minh - VOH Online.*
2. Hoa Lê (2017). Công nghệ hiện đại - thủ phạm phá hoại hạnh phúc gia đình. *Báo mới.com*

Đại gia đình đón Tết

Hoạt động trao quà giáng sinh

Từ Mới 生詞

▸MP3-3.2

1	sâu sắc	深刻的	15	chia sẻ	分享
2	tổ tiên	祖先	16	bàn bạc	討論
3	đề cao	提高	17	tôn trọng	尊重
4	đoàn kết	團結	18	tiến bộ	進步；改善
5	hiền lành	和善的	19	khắc phục	克服
6	tâm hồn	靈魂；心靈	20	mải mê	沉浸
7	đạo đức	道德	21	xem nhẹ	輕視；忽視
8	cận đại	近代	22	tiệc tùng	派對
9	hiện đại	現代	23	giao lưu	交流
10	chế độ phong kiến	封建政權	24	sức hút	引力；吸引力
11	chế độ dân chủ	民主政權	25	bản sắc	本色
12	bình đẳng	平等	26	kinh tế thị trường	市場經濟
13	quyền lợi	權利；好處	27	tinh hoa	最好的部分；精髓
14	nghĩa vụ	義務	28	hòa nhập	融入

Đọc Hiểu 閱讀理解

1. Dựa vào bài đọc, trả lời các câu hỏi dưới đây.

1) Gia đình Việt Nam nhận ảnh hưởng lớn bởi tôn giáo nào?

____

____

2) Đặc điểm văn hóa nổi bật của gia đình Việt là gì?

____

____

3) Câu ca dao "cây xanh thì lá cũng xanh" mang hàm ý gì?

____

____

4) Mối quan hệ giữa vợ và chồng ngày nay được thể hiện như thế nào?

____

____

5) Quan hệ của cha mẹ và con cái thời nay ra sao?

____

____

6) Kinh tế phát triển nhanh mang đến điều gì cho người Việt?

____

____

7) Khi con người dành nhiều thời gian cho tiệc tùng và các cuộc vui bên ngoài sẽ ảnh hưởng tới điều gì?

____

____

8) Việt Nam cần làm gì để giữ gìn các giá trị văn hóa truyền thống?

____

____

2. Chọn Đúng (Đ) hay Sai (S) theo nội dung của bài đọc.

1) ( ) Đạo Tin Lành có ảnh hưởng lớn đến văn hóa gia đình tại Việt Nam.

2) ( ) Người Việt đề cao sự hiếu thuận trong gia đình.

3) ( ) Gia đình Việt mang nhiều đặc điểm của văn hóa phương Tây.

4) ( ) Tinh thần đoàn kết là một đặc điểm trong gia đình Việt Nam truyền thống.

5) ( ) Người Việt quan niệm gia đình có ảnh hưởng lớn đến trẻ nhỏ.

6) ( ) Phụ nữ Việt chưa có sự bình đẳng với chồng trong cuộc sống.

7) ( ) Mọi công việc trong nhà chủ yếu do người cha thực hiện.

8) ( ) Cha mẹ là người có tiếng nói và có quyền định đoạt mọi việc trong nhà.

3. Chọn câu có ý phù hợp nhất cho mỗi đoạn văn.

1) (   ) Gia đình hiện đại đề cao sự bình đẳng về lợi ích, nguyện vọng và tính độc lập giữa các thành viên.

2) (   ) Văn hóa gia đình có ảnh hưởng lớn đến con trẻ.

3) (   ) Từng cá nhân và cả xã hội cần chung tay để gìn giữ và phát huy những giá trị tốt đẹp trong văn hóa gia đình truyền thống.

4) (   ) Xã hội phát triển, công việc bận rộn khiến con người dành ít thời gian hơn cho gia đình.

4. Chọn đáp án đúng nhất theo nội dung bài đọc.

1) (　　) Đặc điểm văn hóa quan trọng trong gia đình Việt Nam có thể thấy ở:
A. Truyền thống tôn trọng công đức tổ tiên
B. Đề cao lòng hiếu thảo
C. Tinh thần đoàn kết
D. Tất cả các đáp án trên

2) (　　) Mối quan hệ vợ chồng trong gia đình ngày nay được hiểu là:
A. Vợ chồng bình đẳng với nhau về quyền và nghĩa vụ
B. Sau kết hôn, chồng phải theo gia đình vợ
C. Vợ chồng chỉ cần quan tâm, nuôi dưỡng tốt con cái
D. Vợ lấy chồng thì chỉ quan tâm đến gia đình nhà chồng

3) (　　) Điểm yếu nào trong quan hệ gia đình không được nhắc đến trong bài?
A. Cha mẹ bận rộn việc kiếm tiền mà xem nhẹ cuộc sống gia đình
B. Xã hội phát triển, nhiều cha mẹ mải mê với tiệc tùng, thể thao
C. Sự khác biệt trong cách nghĩ và cách sống của các thế hệ
D. Con người dành nhiều thời gian cho mạng xã hội khiến thời gian dành cho gia đình ít hơn

4) (　　) Để tránh những mặt trái của phát triển kinh tế tác động đến gia đình chúng ta cần:
A. Tích lũy thật nhiều tiền để tự lo cuộc sống khi về già
B. Tiếp thu cái mới nhưng cần gìn giữ bản sắc của gia đình truyền thống
C. Bằng mọi giá đầu tư để bảo vệ gia đình truyền thống
D. Đầu tư vào giáo dục và chống lại lối sống cá nhân

Luyện Tập Từ Vựng 詞彙練習

1. Theo nội dung bài đọc, tìm từ phù hợp với định nghĩa cho sẵn ở bên dưới.

văn minh	lối sống	chú trọng
giao lưu	mải mê	hiền lành
tiếp thu	chọn lọc	duy trì

1) ________________: Tâm trí đang tập trung cao độ.
2) ________________: Tiếp xúc hoặc trao đổi qua lại giữa hai hoặc nhiều bên.
3) ________________: Phong cách sống của một người, hoặc một bộ phận người.
4) ________________: Hết sức coi trọng, quan tâm nhiều đến cái gì đó.
5) ________________: Giữ cho tiếp tục tồn tại.
6) ________________: Lựa chọn kỹ để lấy thứ tốt nhất.
7) ________________: Nhận và thừa hưởng của người khác, vì lợi ích của mình.
8) ________________: Chỉ người chân thật, không hại ai.
9) ________________: Hình thức cuộc sống của loài người (*động từ*); văn hóa phát triển ở trình độ cao (*tính từ*).

2. Chọn từ cho sẵn trong bảng ở phần 1 để hoàn thành các câu sau.

1) Trí tuệ nhân tạo là một công nghệ đột phá của nền ________________ nhân loại.
2) Mặc dù rất giàu có nhưng ông ấy vẫn duy trì ________________ rất giản dị.
3) Giáo dục hiện nay ________________ thực hành là chính.
4) Trường đại học của tôi thường xuyên có các hoạt động ________________ văn hóa dành riêng cho sinh viên quốc tế.
5) Anh ấy ________________ làm việc mà không để ý điện thoại đang đổ chuông.
6) Khả năng ________________ kiến thức của mỗi học sinh là khác nhau.
7) Chỉ có tình yêu mới ________________ được hạnh phúc gia đình.

3. Sử dụng các từ cho sẵn để điền vào chỗ trống.

1) **Phụng dưỡng / nuôi dưỡng**

- Con cái cần phải quan tâm, ________________ cha mẹ khi về già.
- Cô ấy luôn nỗ lực học tập và làm việc để không phụ công ________________ của bố mẹ.
- Điều 10 Luật người cao tuổi năm 2009 quy định: "________________ người cao tuổi là chăm sóc đời sống tinh thần, vật chất nhằm đáp ứng nhu cầu cơ bản về ăn, mặc, ở, đi lại, chăm sóc sức khoẻ và các nhu cầu về vui chơi, giải trí, thông tin, giao tiếp, học tập của người cao tuổi."

2) **Bữa cơm / mâm cơm**

- Khi đi học xa nhà, tôi thấy thèm một ________________ gia đình biết bao.
- Cuộc sống hiện đại khiến một ________________ có mặt đông đủ tất cả thành viên gia đình cũng trở thành điều quý giá.
- Bánh chưng là món không thể thiếu trong ________________ tất niên của người Miền Bắc.

3) **Thời nay / hiện nay**

- Con gái ________________ thích làm đẹp bằng cách phẫu thuật thẩm mỹ.
- Tình hình dịch bệnh ________________ tại Việt Nam vẫn được kiểm soát khá tốt nên người dân có thể sống, làm việc và đi lại bình thường.
- ________________, tôi đang là sinh viên Cử nhân ngành Ngôn ngữ và Văn hóa Đông Nam Á của trường Đại học Chính trị Quốc gia.

4) **Gia đình / gia phong**

- ________________ là tổ ấm, nơi sẻ chia buồn vui, nơi để trở về và là điểm tựa của mỗi người.
- Nói đến ________________ là nói đến lề lối giáo dục riêng của một gia đình, giữ gìn gia phong cũng là bảo vệ những giá trị văn hóa tốt đẹp của dân tộc.

- Với người Việt, Tết là thời gian để nghỉ ngơi, về với _______________ sum họp bên mâm cơm ấm cúng.

5) Văn hóa / nhân văn

- Xếp hàng vừa thể hiện sự văn minh vừa là một nét đẹp _______________ của người Đài Loan.
- Giá trị _______________ là các giá trị vì con người. Hi vọng mọi người trên trái đất đều sống nhân văn hơn, sống khoan dung, vị tha, hài hòa với thiên nhiên nhiều hơn nữa.
- Chương trình từ thiện với thông điệp: "Cả nước chung tay vì người nghèo - Không để ai bị bỏ lại phía sau" mang một ý nghĩa _______________ to lớn.

4. Viết thêm các từ liên quan đến danh mục dưới đây.

Gia đình:

____

____

____

Truyền thống văn hóa:

____

____

____

Ngữ Pháp 語法筆記 ▸MP3-3.3

1) một mặt ..., mặt khác ... 「一方面……，另一方面……」

◉ Cô ấy sang mỹ du học, một mặt vì muốn nâng cao trình độ tiếng anh, mặt khác cũng vì mong thay đổi môi trường sống.

她去美國留學，一方面是因為她想提升自己的英語程度，另一方面也是因為想改變生活環境。

Giải thích 語法說明

– Cấu trúc này thể hiện hai khía cạnh của một vấn đề, tương tự như cấu trúc "một mặt ..., một mặt ...". Nó được dùng để chỉ ra rằng, ngoài lý do đã nêu, vẫn còn có một lý do khác.

– 用法類似「một mặt ..., một mặt ...」(一方面……，另一方面……)，表示問題的兩個方面。它用來表明，做一件事除了有前述原因以外，還附帶有後面的這個原因。

Ví dụ:

- Trẻ nhỏ **một mặt** cần trau dồi kiến thức, **mặt khác** phải được rèn luyện đạo đức, trưởng thành vui vẻ.
- Mai không ăn tôm, **một mặt** do không thích ăn, **mặt khác** là vì bị dị ứng với hải sản.
- Cô ấy không thích tự lái xe, ______________________________

  ____
- Đi làm từ thiện, ______________________________

  ____
- ______________________________

  ____

2) song bên cạnh đó, 「但除此之外，」

◉ Mạng Internet giúp chúng ta dễ dàng tiếp cận thông tin và văn hóa của nhân loại, song bên cạnh đó, nó cũng mang đến một số tác động tiêu cực, được ví như con dao hai lưỡi.

網路使我們能夠輕鬆獲取消息與人類的文化，但除此之外，它也帶來了一些負面影響，就像一把雙刃劍。

Giải thích
語法說明

– "song bên cạnh đó," là liên từ kết hợp hai câu hoặc hai mệnh đề với âm điệu chỉ sự thay đổi, trái ngược giữa hai vế.

– 「song bên cạnh đó,」（但除此之外，）為一連接詞，用以連接兩個句子或子句，表示前後相反的語氣轉折。

Ví dụ:

- Công nghiệp 4.0 là động lực để kinh tế toàn cầu phát triển **song bên cạnh đó** khi tự động hóa bùng phát, máy móc sẽ thay thế con người trong một số lĩnh vực gây ra thách thức lớn cho thị trường lao động.
- Việc đưa tiếng Việt vào giảng dạy ở các trường tiểu học và trung học tại Đài Loan đã có những thành công nhất định **song bên cạnh đó** còn gặp một số khó khăn như thiếu giáo viên và tài liệu giảng dạy.
- Điện thoại thông minh ______________________________

  ____
- Đi làm thêm có thể kiếm tiền ______________________________

  ____
- ______________________________

  ____

3) mang đến ... cho ... 「為……帶來……」

◉ Phương pháp dạy học lấy người học làm trung tâm mang đến nhiều lợi ích cho cả người dạy và người học.

以學習者為中心的教學方式為教師與學生帶來許多好處。

Giải thích 語法說明

– Cấu trúc này dùng để chỉ ra kết quả hoặc ảnh hưởng của một vấn đề. Đằng sau "mang đến" thường là cái gì đó trừu tượng. Danh từ, cụm danh từ phía sau "cho" có thể là một người, một địa điểm hoặc một tổ chức.

– 「mang đến ... cho ...」（為……帶來……）用於指出某問題的結果或影響。在「mang đến」的後面通常是某件抽象的事物。在「cho」後面的名詞或名詞片語可以是一個人、一個地方或一個組織。

Ví dụ:

- Các doanh nghiệp lớn thường tạo cơ hội phát triển và **mang đến** nhiều phúc lợi **cho** nhân viên của mình.
- Sự chào đời của thiên thần nhỏ đã **mang đến** niềm hạnh phúc không thể diễn tả bằng lời **cho** cha mẹ và cả gia đình.
- Mạng xã hội ______________________________

  ____
- Sự chiến thắng của đội tuyển bóng rổ ______________________________

  ____
- ______________________________

  ____
- ______________________________

  ____

4) tóm lại, 「綜合上述，」

◉ Tóm lại, chúng ta phải tập trung nguồn lực để giải quyết vấn đề ô nhiễm môi trường.

綜合上述，我們必須集中資源來解決環境污染問題。

Giải thích 語法說明

– "tóm lại," là trạng từ, được sử dụng để tóm tắt các nội dung đã trình bày trước đó.

– 「tóm lại,」(綜合上述，)是副詞，用來總結過程中所討論的事項。

Ví dụ:

- **Tóm lại,** kết quả buổi họp hôm nay đã tìm ra năm giải pháp cho vấn đề giao thông ùn tắc của thành phố.
- **Tóm lại,** để học tốt ngoại ngữ chúng ta cần rèn luyện thường xuyên, kiên trì, xác định rõ mục tiêu và không từ bỏ.
- **Tóm lại,** anh ấy bị ốm là vì làm việc quá sức và có thói quen ăn đồ ăn nhanh nên phải nghỉ ngơi nhiều và ăn uống lành mạnh hơn.
- **Tóm lại,** quá trình đô thị hoá ____________________
____
- **Tóm lại,** trường đại học chính là ____________________
____
- ____________________
____
- ____________________
____

5) để tránh 「免得 / 免於」

◉ Để tránh sự nhàm chán, chúng ta nên thay đổi thực đơn cho bữa ăn gia đình mỗi ngày.

我們應該每天換換家庭菜單，免得吃膩。

– Liên từ này được dùng giải thích những gì người viết muốn tránh. Đằng sau "để tránh" là một cái gì đó mà tác giả nghĩ là không tốt hoặc không mong muốn.

– 用「để tránh」（免得 / 免於）說明想避免的事。在「để tránh」的後面是寫作者認為不好或不期望發生的情況。

Ví dụ:

- Năng lượng điện có hạn vì vậy **để tránh** lãng phí chúng ta cần tiết kiệm điện và phát triển các nguồn năng lượng thay thế.
- Chúng ta cần rút ra bài học từ thất bại của bản thân **để tránh** những sai lầm tương tự.
- **Để tránh** rủi ro ______________________________

  ____
- **Để tránh** nhiễm bệnh ______________________________

  ____
- ______________________________

  ____
- ______________________________

  ____
- ______________________________

  ____

Luyện Nói 口語練習

Hãy dùng ngữ pháp đã học "một mặt ..., mặt khác ... " hoặc "để tránh" để hoàn thành đoạn hội thoại.

Ví dụ:

Nam: Sao anh lại quyết định đơn phương chấm dứt hợp đồng với công ty MVC chứ?

Hoa: Gần đây họ thường xuyên giao hàng chậm nên tôi quyết định như vậy **để tránh** những tổn thất sau này.

1) *Hòa:* Năm nay công ty chúng ta nhập khẩu quá nhiều linh kiện từ Nhật. Em nghĩ sao nếu chúng ta lựa chọn linh kiện trong nước thay thế?

Vân: ______________________________

____

2) *Bệnh nhân:* Bác sĩ cho em hỏi vết mổ này của em làm thế nào để không bị sẹo xấu ạ?

Bác sĩ: ______________________________

____

3) *Hòa:* Cổ phiếu công ty Hướng Dương hôm nay xuống quá. Mình đang giữ 5000 cổ (phiếu) không biết nên làm thế nào bây giờ.

Vân: ______________________________

____

4) *Hòa:* Phim "Người đẹp và Quái vật" đang chiếu, rất hot này. Cuối tuần tụi mình cùng đi xem nhé.

Vân: ______________________________

____

5) *Mẹ:* Con yêu, con có thể nói cho mẹ biết lý do con chọn đi Việt Nam làm việc không?

Con: ______________________________

____

6) *Hòa:* Bạn không đi Mỹ học nữa! Học bổng toàn phần của đại học Yale là cơ hội có một không hai đấy. Có chuyện gì sao?

Vân: ______________________________

____

7) *Hòa:* Người yêu cũ đợt này cứ đến tìm mình suốt. Thật phiền quá đi!

Vân: ______________________________

____

8) *Hòa:* Khu Villa (biệt thự) mới ở Hualien đẹp quá! Anh định mua một căn em thấy sao.

Vân: ______________________________

____

Luyện Viết 寫作練習

1. Sử dụng cấu trúc "song bên cạnh đó" để viết lại câu, có thể loại bỏ một số từ.

1) Cuộc sống vốn phức tạp, nhiều cạm bẫy, tuy nhiên vẫn có rất nhiều người tốt, luôn sẵn sàng giúp đỡ người khác.

→ Cuộc sống vốn phức tạp, nhiều cạm bẫy **song bên cạnh đó** vẫn có rất nhiều người tốt, luôn sẵn sàng giúp đỡ người khác.

2) Nền công nghiệp phát triển trong năm thập kỷ qua mang đến nhiều tiện lợi cho con người. Tuy nhiên, nó cũng mang lại nhiều ảnh hưởng tiêu cực cho môi trường tự nhiên.

____

____

____

3) Du học nước ngoài là cơ hội tốt để học tập và trải nghiệm, nhưng sinh viên cũng phải đối mặt với nỗi nhớ nhà và một số khó khăn để hòa nhập vào môi trường mới.

____

____

____

4) Phẫu thuật thẩm mỹ là phương pháp làm đẹp được nhiều người lựa chọn. Nhưng ai cũng biết phía sau nó là những câu chuyện bi hài về biến chứng và tai nạn sau phẫu thuật.

____

____

____

5) Trời mưa tuy khiến cuộc sống trở nên không thuận tiện nhưng nó lại cung cấp cho chúng ta một lượng nước ngọt quan trọng cho nông nghiệp và sinh hoạt.

____

____

____

2. Dùng cấu trúc "mang đến ... cho... " và các từ cho sẵn để viết thành câu hoàn chỉnh.

1) Sở thích cá nhân / không chỉ / cho người theo đuổi nó / giúp giải tỏa căng thẳng / mà còn / nhiều niềm vui.

____

____

____

2) Đi để học, để trải nghiệm / do đó / các buổi học ngoại khóa / nhất định sẽ / cho các bạn sinh viên / nhiều bài học thú vị.

____

____

____

3) Cảm giác ấm áp/ người sống ở đây / dễ chịu / thiết kế của căn nhà.

____

____

____

4) Mặt trời / trái đất của chúng ta / đã / ánh sáng và sự sống.

5) Đà Nẵng / chính sách mở rộng thành phố / phát triển cơ sở hạ tầng / chắc chắn sẽ / nhiều cơ hội / phát triển du lịch.

Luyện Nghe 聽力練習 ▸MP3-3.4

Nghe nội dung và đánh dấu vào những thông tin đúng.

1) (　　) Câu nào thường dùng để nói về sự ảnh hưởng của bố mẹ tới con:
A. "Con hơn cha là nhà có phúc"
B. "Cha nào con nấy"
C. "Con nhà tông không giống lông cũng giống cánh"
D. "Dao sắc không gọt được chuôi"

2) (　　) Trong bài viết, cha mẹ được ví với điều gì:
A. Là điều tuyệt vời nhất trong cuộc đời
B. Là bầu trời, luôn che chở cho con
C. Là tấm gương để con học tập
D. Cả A/B/C

3) (　　) Nếu con cái đạt thành tựu hơn bố mẹ thì gia đình được coi là:
A. Có phúc
B. Có may mắn
C. Có quý nhân phù trợ
D. Cả A/B/C

4) (　　) Mẹ Mạnh Tử đã chuyển nhà mấy lần:
A. 1 lần
B. 2 lần
C. 3 lần
D. 4 lần

5) (　　) Chúng ta cần có ______________ đúng khi học tập và làm việc.
A. Tâm lý
B. Phương pháp
C. Thái độ
D. Kiên trì

Bài Tập Về Nhà 作業

1. Đặt câu với những từ và ngữ pháp cho sẵn.

1) đoàn kết: ______________________________

____

2) văn minh: ______________________________

____

3) đạo đức: ______________________________

____

4) giao lưu: ______________________________

____

5) tâm hồn: ______________________________

____

6) sức hút: ______________________________

____

7) tóm lại: ______________________________

____

8) một mặt ... mặt khác ...: ______________________________

____

9) mang đến ... cho ...: ______________________________

____

10) để tránh ...: ______________________________

____

11) song bên cạnh đó ...: ______________________________

____

2. Đánh máy

1) Nhiều người lập luận rằng gia đình có ảnh hưởng quan trọng nhất tới thanh thiếu niên. Nhiều người khác lại cho rằng bạn bè là yếu tố ảnh hưởng nhất. Bạn đồng ý với quan điểm nào? Hãy dùng ví dụ để chứng minh.
2) Tục ngữ có câu "Con hơn cha là nhà có phúc". Bạn hiểu thế nào về câu nói này.

Bài 4
Tiền Tệ
金錢

Cô gái trẻ trong trang phục áo dài với phong bao lì xì đón Tết

Ý Kiến Cá Nhân 個人意見

1. Theo bạn tiền tệ có vai trò như thế nào trong cuộc sống.

2. Hàng ngày chúng ta thường dùng tiền để gì?

3. Bạn có tiền tiết kiệm không? Theo bạn tiền có phải là phương tiện lưu giữ giá trị tốt?

4. Bạn có biết ai là người quản lý và cung cấp tiền ra nền kinh tế?

Bài Đọc 課文

▶MP3-4.1

Mục tiêu chung trong phát triển kinh tế của một quốc gia bao gồm tỷ lệ việc làm cao, vật giá ổn định và tăng trưởng nhanh [1]. Các nhà kinh tế thế giới đã chỉ ra rằng ba mục tiêu này tương tác lẫn nhau và đều bị ảnh hưởng bởi một công cụ kinh tế khác. Chủ đề của bài viết này là về một công cụ, chính sách kinh tế như thế. Vậy công cụ nào có thể ảnh hưởng? Và làm thế nào để công cụ ấy phát huy tác dụng? Đáp án cho hai câu hỏi này rất rộng, nhưng đều cho thấy một công cụ quan trọng bậc nhất đó là chính sách tiền tệ.

Trong nền kinh tế, chính sách tiền tệ cùng với hệ thống ngân hàng được ví như mạch máu trong một cơ thể sống; mạch máu ấy **nếu không** lưu thông tốt **thì** cơ thể không khỏe mạnh được. Và trái tim trong cơ thể kinh tế không ai khác chính là Ngân hàng Nhà nước. Xét trên góc độ kinh tế vĩ mô, chính sách tiền tệ của Ngân hàng Nhà nước giúp Chính Phủ điều chỉnh lượng cung tiền, kiềm chế lạm phát và ổn định tỷ giá hối đoái [1]. Thông qua chính sách tiền tệ bao gồm việc tăng mức dự trữ bắt buộc, thay đổi lãi suất tín dụng của các ngân hàng thương mại có thể gián tiếp tăng giảm lượng tiền trong nền kinh tế.

Xét trên góc độ kinh tế vi mô, mở rộng hay thu hẹp chính sách tiền tệ có ảnh hưởng trực tiếp đến việc tiếp cận nguồn vốn vay của doanh nghiệp. Từ đó ảnh hưởng đến quy mô sản xuất và kinh doanh, cũng như nhu cầu sử dụng lao động. Vậy nếu Chính phủ muốn giảm tỷ lệ thất nghiệp thì có thể tăng lượng cung tiền trong nền kinh tế và chấp nhận tỷ lệ lạm phát tăng [2]. Hoặc **thay vì** tăng lượng cung tiền, Chính phủ có thể chỉ đạo giảm lãi suất cho vay, thúc đẩy nhu cầu đầu tư mở rộng sản xuất của doanh nghiệp. **Kết quả là** gián tiếp tác động đến tổng sản phẩm quốc nội và sự tăng trưởng của nền kinh tế.

Việt Nam đang hội nhập ngày càng sâu rộng vào nền kinh tế thế giới. Vì vậy, đòi hỏi Chính phủ phải có một chính sách tiền tệ hợp lý để ổn định thị trường ngoại hối, thúc đẩy hoạt động xuất khẩu. Chúng ta **lấy** biến động của tỷ giá hối đoái **làm ví dụ** cho sức ảnh hưởng từ chính sách tiền tệ. Khi tỷ giá VND/USD tăng thì giá cả của hàng Việt Nam xuất khẩu sẽ trở nên rẻ hơn, tăng năng lực cạnh tranh của hàng hóa trên thị trường. Ví dụ, 1 đơn hàng có giá 23,000 triệu đồng, thời điểm tháng 8/2019 tỷ giá là 23,000 VND/USD thì đơn hàng này được xuất khẩu với giá 1 triệu USD. Nếu tỷ giá hối đoái tháng 9/2019 tăng lên 24,000 thì đơn hàng này chỉ xuất khẩu với giá (= 23,000/24,000) 0.958 triệu USD, thấp hơn giá ban đầu. Tăng tỷ giá đồng thời cũng hạn chế nhập khẩu do giá cả hàng nhập khẩu trở nên đắt hơn. Như vậy, chỉ một động thái tăng tỷ giá đã làm thay đổi cả cán cân thương mại và cán cân thanh toán quốc tế của đất nước.

Tóm lại, có thể khẳng định chính sách tiền tệ đóng một vai trò quan trọng trong việc điều tiết nền kinh tế. Một chính sách tiền tệ minh bạch là cơ sở cho một nền kinh tế phát triển ổn định [3]. Tại Việt Nam, chính sách tiền tệ những năm gần đây đã giúp kiểm soát tốt lạm phát, ổn định kinh tế nhưng vẫn còn điểm yếu là nhập siêu lớn. Nhận định kinh tế Việt Nam còn đối mặt với nhiều thách thức khi kinh tế thế giới năm 2019 dự kiến tăng trưởng chậm lại, giá xăng dầu có thể tăng ..., thời gian tới, Chính phủ cần tập trung điều hành chính sách tiền tệ theo hướng đảm bảo tăng trưởng kinh tế trong chừng mực đảm bảo kiểm soát tốt lạm phát.

Tài liệu tham khảo:

1. Học viện tài chính (2018). Vai trò của chính sách tiền tệ đối với nền kinh tế. https://hocvientaichinh.com.vn/vai-tro-cua-chinh-sach-tien-te-doi-voi-nen-kinh-te.html
2. Đỗ Lê (2019). Tăng trưởng và lạm phát: Lo nhưng sẽ đạt. *Thời báo Ngân hàng.*
3. Huy Thắng (2019). Chính sách tiền tệ đóng góp vào tăng trưởng ổn định. *VGP News - Báo điện tử Chính phủ nước Cộng hòa xã hội chủ nghĩa Việt Nam.*

Từ Mới 生詞

▸MP3-4.2

1	tỷ lệ	比例	16	lạm phát	通貨膨脹
2	tăng trưởng	發展	17	tỷ giá hối đoái	匯率
3	nhà kinh tế	經濟學家	18	lãi suất tín dụng	信貸利率
4	tương tác	互動	19	dự trữ bắt buộc	法定準備金
5	công cụ	工具	20	kinh tế vi mô	個體經濟學
6	bậc nhất	頭等	21	sản xuất kinh doanh	生產和經營
7	hệ thống ngân hàng	銀行系統	22	chỉ đạo	指導
8	ngân hàng thương mại	商業銀行	23	tổng sản phẩm quốc nội	國內生產總值
9	mạch máu	血管	24	thị trường ngoại hối	外匯市場
10	cơ thể sống	軀體；活體	25	xuất khẩu	出口
11	lưu thông	流通	26	cạnh tranh	競爭
12	Ngân hàng Nhà nước	國家銀行	27	nhập khẩu	進口
13	kinh tế vĩ mô	總體經濟學	28	cán cân thương mại	貿易餘額；淨出口
14	cung tiền	貨幣供給	29	nhập siêu	貿易逆差
15	kiềm chế	控制；把持	30	xuất siêu	貿易順差

Đọc Hiểu 閱讀理解

1. Dựa vào nội dung bài đọc, trả lời các câu hỏi dưới đây.

1) Mục tiêu chung trong phát triển kinh tế của một quốc gia gồm những gì?

____

____

2) Công cụ kinh tế nào có thể ảnh hưởng tới các mục tiêu đó?

____

____

3) Trong nền kinh tế, vai trò của chính sách tiền tệ được ví như điều gì?

____

____

4) Thông qua chính sách tiền tệ, Chính phủ có thể tác động đến nền kinh tế như thế nào?

____

____

5) Muốn giảm tỷ lệ thất nghiệp thì Chính Phủ có thể làm gì?

____

____

6) Để thúc đẩy doanh nghiệp mở rộng hoạt động sản xuất kinh doanh, Chính Phủ còn có thể làm gì?

____

____

7) Tăng tỷ giá hối đoái có ảnh hưởng gì đến hoạt động xuất khẩu và nhập khẩu?

____

____

8) Trong những năm gần đây, chính sách tiền tệ của Việt Nam được đánh giá như thế nào?

____

____

2. Chọn Đúng (Đ) hay Sai (S) theo nội dung của bài đọc.

1) ( ) Ba mục tiêu kinh tế: tỷ lệ việc làm, giá cả ổn định và tăng trưởng nhanh ít tương tác lẫn nhau.
2) ( ) Công cụ quan trọng bậc nhất giúp Chính phủ điều tiết nền kinh tế là chính sách tiền tệ.
3) ( ) Chính sách tiền tệ cùng với hệ thống ngân hàng được ví như mạch máu trong một cơ thể sống.
4) ( ) Chính sách tiền tệ là công cụ để Chính phủ kiểm soát lượng cung tiền.
5) ( ) Nhiệm vụ của chính sách tiền tệ không bao gồm việc điều chỉnh tỷ giá hối đoái.
6) ( ) Ngân hàng Nhà nước có thể đưa ra quyết định thay đổi các loại lãi suất tín dụng.
7) ( ) Những thay đổi trong chính sách tiền tệ không ảnh hưởng đến quy mô sản xuất và nhu cầu sử dụng lao động của doanh nghiệp.
8) ( ) Nền kinh tế Việt Nam còn hiện tượng xuất siêu lớn.

3. Chọn câu có nội dung phù hợp nhất cho mỗi đoạn văn.

1) (　　) Nếu tiền trong nền kinh tế không lưu thông tốt thì toàn bộ nền kinh tế không hoạt động tốt được.

2) (　　) Chính sách tiền tệ là công cụ kinh tế quan trọng bậc nhất đối với một quốc gia.

3) (　　) Sự thay đổi của tỷ giá hối đoái sẽ ảnh hưởng đến hoạt động xuất nhập khẩu và cán cân thanh toán quốc tế.

4) (　　) Chính sách tiền tệ minh bạch là cơ sở giúp nền kinh tế Việt Nam phát triển ổn định.

5) (　　) Để giảm thất nghiệp thì Chính phủ có thể tăng lượng cung tiền hoặc giảm lãi suất tín dụng.

4. Chọn đáp án đúng nhất theo nội dung bài đọc.

1) (　) Ngân hàng Nhà nước có thể tác động đến lượng tiền trong nền kinh tế thông qua:

A. Điều chỉnh lãi suất tín dụng

B. Điều chỉnh mức dự trữ bắt buộc

C. Điều chỉnh tỷ lệ dự trữ bắt buộc hoặc lãi suất

D. Phát hành thêm tiền

2) (　) Xét trên góc độ kinh tế vĩ mô, chính sách tiền tệ có tác dụng:

A. Điều chỉnh lượng cung tiền

B. Kiểm soát lạm phát

C. Ổn định tỷ giá hối đoái

D. Cả A/B/C

3) (　) Chính sách tiền tệ mở rộng tác động như thế nào đến nền kinh tế:

A. Tăng lượng tiền trong nền kinh tế

B. Tăng lạm phát

C. Nhu cầu đầu tư tăng

D. Cả A/B/C

4) (　) Tỷ giá hối đoái tăng thì hoạt động xuất khẩu sẽ:

A. Có thể tăng

B. Có thể giảm

C. Không ảnh hưởng

5) ( ) Theo bạn cán cân thương mại được nhắc đến trong bài là thể hiện của:

A. Cách đo lường trong hoạt động thương mại

B. Giá trị hàng xuất khẩu trừ đi giá trị hàng nhập khẩu

C. Giá trị hàng nhập khẩu trừ đi giá trị hàng xuất khẩu

D. Cả A/B/C

6) ( ) Mục tiêu của chính sách tiền tệ ở Việt Nam trong giai đoạn tới là:

A. Duy trì tốc độ tăng trưởng kinh tế dương

B. Giảm tình trạng xuất siêu

C. Đảm bảo tăng trưởng kinh tế trong chừng mực kiểm soát tốt lạm phát

D. Cả A/B/C

Luyện Tập Từ Vựng 詞彙練習

1. Theo nội dung bài đọc, tìm từ phù hợp với định nghĩa cho sẵn ở bên dưới.

kiềm chế	lạm phát	ban đầu
nhập siêu	phát huy	chỉ đạo
công cụ	chừng mực	mở rộng

1) ________________: Cái dùng để đạt một mục đích.

2) ________________: Làm cho lợi ích tiếp tục phát triển thêm.

3) ________________: Làm cho có quy mô lớn hơn trước.

4) ________________: Lúc mới bắt đầu xảy ra sự việc.

5) ________________: Hướng dẫn đường lối, kế hoạch cụ thể để tiến hành.

6) ________________: Giới hạn vừa phải, mức độ hợp lý.

7) ________________: Giữ ở chừng mực nhất định hoặc ngăn chặn điều gì đó lại.

8) ________________: Lượng tiền trong nền kinh tế vượt quá nhu cầu, khiến cho đồng tiền bị mất giá.

9) ________________: Tổng giá trị của hàng hóa nhập khẩu lớn hơn tổng giá trị của hàng hóa xuất khẩu.

2. Chọn từ cho sẵn trong bảng ở phần 1 để hoàn thành các câu sau.

1) Trong nền kinh tế, ________________ càng cao thì giá trị đồng tiền càng mất giá.

2) Kế hoạch ________________ của chị ấy là đi thành phố Hồ Chí Minh làm việc nhưng vì dịch bệnh nên không thể thực hiện.

3) Bố mẹ dạy tôi phải cư xử có ________________ với tất cả mọi người.

4) Công ty chúng tôi đang có kế hoạch ________________ thị trường sang Việt Nam.

5) Máy tính và điện thoại là ________________ học tập không thể thiếu của sinh viên.

6) Bố mẹ đã tạo mọi điều kiện để tôi ________________ thế mạnh của bản thân.

3. Sử dụng các từ cho sẵn để điền vào chỗ trống.

1) **Tăng trưởng / phát triển**

- ________________ là lớn thêm về trọng lượng, kích thước ; còn ________________ là làm cho tốt hơn.
- Ngành du lịch thành phố Hà Nội trong năm qua đã có nhiều thành tích đáng tự hào không chỉ ở sự ________________ về lượng khách thăm quan mà còn thể hiện qua sự ________________ trong chất lượng dịch vụ.
- Làm bài tập cùng nhau sẽ giúp sinh viên ________________ các kỹ năng mềm như năng lực làm việc nhóm và ý thức chia sẻ trách nhiệm.

2) **Mở rộng / thu hẹp**

- ________________ là hành động làm cho đối tượng có quy mô lớn hơn trước trong khi thu hẹp có nghĩa ngược lại.
- Tập đoàn Vingroup của Việt Nam vừa quyết định ________________ hoạt động kinh doanh sang ngành sản xuất ô tô và ngành hàng không.
- ________________ khoảng cách giàu nghèo là nhiệm vụ đặc biệt quan trọng trong chính sách phát triển xã hội của chính phủ.

3) **Nhập siêu / Xuất siêu**

- Chúng ta chọn dùng hàng trong nước cũng là cách góp phần hạn chế tình trạng ________________
- Nhờ áp dụng chính sách tiền tệ hiệu quả mà chỉ trong quý I -2019, Trung Quốc đã ________________ đạt 79 tỷ USD.
- Mỹ là thị trường xuất khẩu lớn nhất của Việt Nam nên chúng ta có giá trị xuất siêu lớn sang thị trường này, trong khi đó lại ________________ từ nước láng giềng Trung Quốc.

4) **Kiềm chế / kiểm soát**

- ________________ là giữ cho đối tượng ở chừng mực nhất định; trong khi ________________ là kiểm tra kỹ để ngăn những điều không tốt, việc trái với quy định xảy ra.
- Mục tiêu của Chính phủ trong quý 4 năm nay là ________________ lạm phát và ổn định kinh tế vĩ mô.

- Để tránh sự xâm nhập của dịch tả lợn từ nước ngoài, thủ tướng đề nghị tổng cục hải quan ________________ chặt chẽ hành lý của người nhập cảnh.

4. Viết thêm các từ liên quan đến danh mục dưới đây.

Loại tiền tệ:

____

____

____

Chính sách tiền tệ:

____

____

____

Ngữ Pháp 語法筆記

▸MP3-4.3

1) nếu không ... thì ... 「沒有……就……」

◉ Sức khỏe là điều quan trọng nhất đối với mỗi người, nếu không có sức khỏe thì chúng ta không làm được gì cả.

健康對每個人來說都是最重要的事，如果沒有健康，我們就無法成就任何事。

Giải thích 語法說明

– Cấu trúc này thể hiện mối quan hệ nhân quả. Về trước chỉ nguyên nhân, vế sau chỉ kết quả.

– 句型「nếu không ... thì ...」用來強調「沒有……就……」，「nếu không」後面接條件，「thì」後面接結果。

Ví dụ:

- **Nếu không** có bố mẹ **thì** không có chúng ta trên thế giới này, vì vậy con cái cần yêu thương và hiếu thuận với cha mẹ.
- Theo quy định phòng dịch, **nếu không** đeo khẩu trang khi đi xe buýt **thì** sẽ bị phạt tiền.
- Có ý kiến cho rằng trong xã hội ngày nay **nếu không** có tiền ____________________
- Một đất nước **nếu không** có pháp luật ____________________
- ____________________
- ____________________

2) lấy ... làm ví dụ ... 「以……為例 / 拿……來說……」

⦿ Lấy hiện tượng băng tan ở Bắc cực và Nam cực làm ví dụ cho hậu quả của việc trái đất nóng lên.

以南北極的冰融現象為例，這是造成全球暖化造成的後果。

Giải thích 語法說明

– Mẫu câu này được sử dụng khi người viết cần một ví dụ để giúp bày tỏ ý kiến của mình.

– 句型「lấy ... làm ví dụ ...」（以……為例 / 拿……來說……）為寫作者欲以某例子來協助闡明自己的意見。

Ví dụ:

- Bạn có tin vào tình yêu từ cái nhìn đầu tiên? Chúng tôi muốn **lấy** chuyện tình của Jack và (and) Rose trong bộ phim Titanic **làm ví dụ** cho một tình yêu như thế.
- Có thể **lấy** việc tổng thống Mỹ Obama đi bộ và ăn tối tại một quán bún bình dân **làm ví dụ** minh chứng cho sự thanh bình ở thủ đô Hà Nội.
- Trong bài thuyết trình của mình, anh ấy đã **lấy** ______________________

  ____
- Nhiều phong tục tập quán xưa đã không còn thực sự phù hợp trong xã hội hiện đại. Tôi muốn **lấy** ______________________

  ____
- ______________________

  ____
- ______________________

  ____

3) thay vì ... 「而不是……」

◉ Thay vì cho con tiền bạc vật chất, cha mẹ hãy cho con kiến thức và tình yêu thương.

父母要給予孩子的是知識和疼愛，而不是金錢物質。

Giải thích
語法說明

– "thay vì" là cụm từ thường được đặt ở đầu câu để diễn đạt một sự lựa chọn tốt hơn.

– 「thay vì ...」放在句子的前面，類似於中文「而不是……」。

Ví dụ:

- Phương pháp mới trong dạy và học là **thay vì** thầy cô lên lớp thuyết giảng kiến thức, người học chỉ lắng nghe, thì giờ đây thầy cô chỉ đóng vai trò điều tiết, đưa ra vấn đề để học trò tự mình tìm hiểu.
- **Thay vì** nhịn ăn để giảm cân, bạn nên đi tập thể hình hàng ngày để giảm cân một cách an toàn và hiệu quả.
- **Thay vì** dành thời gian cho mạng xã hội, ____________________

  ____
- Giới trẻ thích mua hàng trên mạng **thay vì** ____________________

  ____
- ____

  ____
- ____

  ____
- ____

  ____

4) đã ... nhưng vẫn còn ... 「已經……但仍然……」

◉ Ngành du lịch của Việt Nam đã có những khởi sắc đáng tự hào nhưng vẫn còn nhiều tiềm năng chưa được khai thác hết.

越南旅遊業已經取得了令人矚目的成就，但仍然有許多尚未開發的潛力。

Giải thích
語法說明

– Cấu trúc này được sử dụng để chỉ ra một khía cạnh khác của vấn đề.

– 「đã ... nhưng vẫn còn ...」（已經……但仍然……）用於表示事情的另外一方面。

Ví dụ:

- Tổng số căn hộ chung cư giá rẻ tại Thành phố Hải Phòng **đã** đáp ứng được một phần nhu cầu chỗ ở của người có thu nhập thấp **nhưng vẫn còn** ít hơn nhiều so với nhu cầu thực tế.
- Thu nhập của người dân ở khu vực nông thôn **đã** ____________

  ____
- Hệ thống giao thông tại Đài Bắc **đã** ____________

  ____
- ____

  ____
- ____

  ____
- ____

  ____

5) kết quả là 「結果」

◉ Nhờ phương pháp nghe và nói theo video mỗi ngày mà tôi đã nhận được kết quả là trình độ tiếng Việt của mình được nâng cao nhanh chóng.

多虧每天跟著影片練習聽力和口說的方式，我的越語程度快速提升了。

Giải thích 語法說明

– Cụm từ này được sử dụng để mô tả kết quả của một sự việc, một hoạt động.

–「kết quả là」（結果）乃連接詞，用於說明某事或某活動所帶來的結果。

Ví dụ:

- Để có được **kết quả là** khuôn mặt xinh đẹp với chiếc mũi cao, cô ấy đã sang Hàn Quốc 6 tháng để làm phẫu thuật thẩm mỹ.
- Trước khi lên sân khấu, anh ấy đã luyện tập biểu diễn rất nhiều lần và **kết quả là** anh ấy giành được giải nhất của cuộc thi.
- Khi nhận tiền lương bạn ấy đã không hạn chế chi tiêu và **kết quả là** ______________________________
____
- ______________________________
____
- ______________________________
____
- ______________________________
____

Luyện Nói 口語練習

Hãy dùng ngữ pháp đã học "nếu không ... thì ..." hoặc "đã ... nhưng vẫn còn ..." để hoàn thành hội thoại.

Ví dụ:

Nam: Bạn có xem thời sự hôm nay không? Chỉ số lạm phát 3 tháng đầu năm cao quá.

Hoa: Ừ mình có nghe. Chính phủ **nếu không** nhanh có chính sách hợp lý để điều chỉnh **thì** lạm phát năm nay sẽ không dưới 5% đâu.

1) *Mai:* Báo cáo cuối kỳ bạn làm rồi chứ? Gửi cho mình tham khảo được không!

Hà: ______________________________

____

2) *Hải:* Mình vừa được anh cho 10000 USD, không biết nên giữ ngoại tệ hay đổi ra tiền Việt gửi ngân hàng nhỉ.

Hoa: ______________________________

____

3) *Hảo:* Người yêu cũ hẹn mình tối nay cùng đi ăn. Theo bạn mình có nên đi không?

Lan: ______________________________

____

4) *Nam:* Công việc nhiều áp lực khiến mình mệt mỏi quá!

Hoa: ______________________________

____

5) *Hạ:* Bài thuyết trình rất tuyệt! Chúc mừng bạn hoàn thành luận văn thạc sỹ nhé.

Cúc: ______________________________

____

6) *Bác sĩ:* Anh cảm thấy thế nào rồi, vết mổ còn đau nhiều không?

Bệnh nhân: ______________________________

____

7) *Giám đốc:* Bây giờ em hãy báo cáo về tiến độ của hợp đồng sản xuất màn hình cho công ty Sam Sung đi.

Quản lý: ______________________________

____

8) *Bắc:* Bạn nghĩ gì về vài trò của bảo hiểm y tế?

Hải: ______________________________

____

Tiền 500 nghìn đồng Việt Nam

Tiền xu 1000 đồng Việt Nam

Luyện Viết 寫作練習

1. Sử dụng cấu trúc "thay vì ..." để viết lại câu, có thể loại bỏ một số từ.

1) Để thành công bạn phải bỏ thói quen trì hoãn. Khi đối mặt khó khăn chúng ta đừng than vãn mà hãy dốc toàn lực để hoàn thành công việc của mình.

→ Khi gặp khó khăn chúng ta **thay vì** ngồi than vãn, hãy dốc toàn lực để thực hiện công việc của mình.

2) Công ty Vinamilk không trả cổ tức cho cổ đông mà dùng 40% lợi nhuận để đầu tư thay mới máy móc trong dây chuyền sản xuất hiện có.

____

____

____

3) Nhiều trẻ con bây giờ sống vội, ăn tạm vì đi học thêm. Tại sao chúng ta không dạy cho trẻ khả năng tự học ở nhà?

____

____

____

4) Để đạt kết quả thi tốt chúng ta cần chăm chỉ học tập mỗi ngày chứ không nên đến ngày thi mới thức thâu đêm học bài.

____

____

____

2. Dùng cấu trúc "kết quả là ..." hoặc "lấy ... làm ví dụ ..." và các từ cho sẵn để viết thành câu hoàn chỉnh.

1) Cô ấy đã học rất chăm chỉ / những năm trung học / mà mình mơ ước / đã vào được trường đại học.

____

____

____

2) Cha mẹ / con thành công / sự kỳ vọng của bố mẹ / đều mong muốn / có thể dẫn đến / khiến con sợ học, ngại học / đặt quá nhiều áp lực lên vai con.

____

____

____

3) Chi phí sinh hoạt / kết hôn muộn / có xu hướng / đắt đỏ / áp lực cuộc sống lớn / giới trẻ ngày nay / sinh con ít hơn.

____

____

____

4) Chuẩn bị / anh ấy / có kết quả thi / cho kỳ thi / vô cùng tốt / từ rất sớm / tiếng Việt .

____

____

____

5) Có thể / giá cả của các loại điện thoại / giải thích cho câu nói / tiền nào của ấy.

6) Công ty / thiết kế / sản phẩm này / được rất nhiều người / để ra mắt / đã đầu tư / ưa chuộng / nhiều thời gian.

Luyện Nghe 聽力練習 ▸MP3-4.4

Nghe nội dung và đánh dấu vào những thông tin đúng.

1) (　　) Tác giả nghĩ tiền chỉ mang đến hạnh phúc khi nào?
A. Khi tiền mua được mọi thứ trên thế giới
B. Khi chúng ta biết dùng tiền đúng cách
C. Khi con người biết thỏa mãn và biết đủ
D. Cả A/B/C đúng

2) (　　) Tại sao nhiều người thấy tiền bạc và vật chất rất quan trọng?
A. Vì tiền có thể giải quyết nhiều vấn đề trong cuộc sống
B. Vì có tiền sẽ có sức khỏe và địa vị xã hội
C. Vì tiền là công cụ giúp họ thực hiện ước mơ
D. Cả A/B/C đúng

3) (　　) Hạnh phúc sâu sắc và dài hạn, thứ khó mua được bằng tiền mà người viết nhắc đến là:
A. Hạnh phúc gia đình
B. Tình yêu
C. Tình bạn
D. Cả A/B/C đúng

4) (　　) Những người giàu có mà tham lam trong các câu chuyện đạo đức thường có kết cục như thế nào?
A. Hạnh phúc
B. Thanh thản
C. Không tốt
D. Cả A/B/C đúng

5) (　　) Ngoài nhu cầu cơ bản, con người còn có các nhu cầu nào khác?
A. Có việc làm ổn định
B. Nhu cầu được tôn trọng
C. Nhu cầu thể hiện bản thân
D. Cả A/B/C đúng

Bài Tập Về Nhà 作業

1. Đặt câu với những từ và ngữ pháp cho sẵn.

1) nhà kinh tế: ______________________________

____

2) lạm phát: ______________________________

____

3) hệ thống ngân hàng: ______________________________

____

4) chính sách: ______________________________

____

5) lãi suất: ______________________________

____

6) công cụ: ______________________________

____

7) tỷ giá hối đoái: ______________________________

____

8) kinh tế vĩ mô: ______________________________

____

9) nếu không ... thì ...: ______________________________

____

10) thay vì: ______________________________

____

11) đã ... nhưng vẫn còn: ______________________________

____

12) kết quả là: ______________________________

____

2. Đánh máy

1. Viết một bài luận về chính sách tiền tệ ở Đài Loan. (500 đến 1000 từ)
2. Người Việt có câu "của đi thay người". Bạn có suy nghĩ gì về câu nói này?
3. Bạn nghĩ tiền có mua được hạnh phúc? Tại sao có và tại sao không?

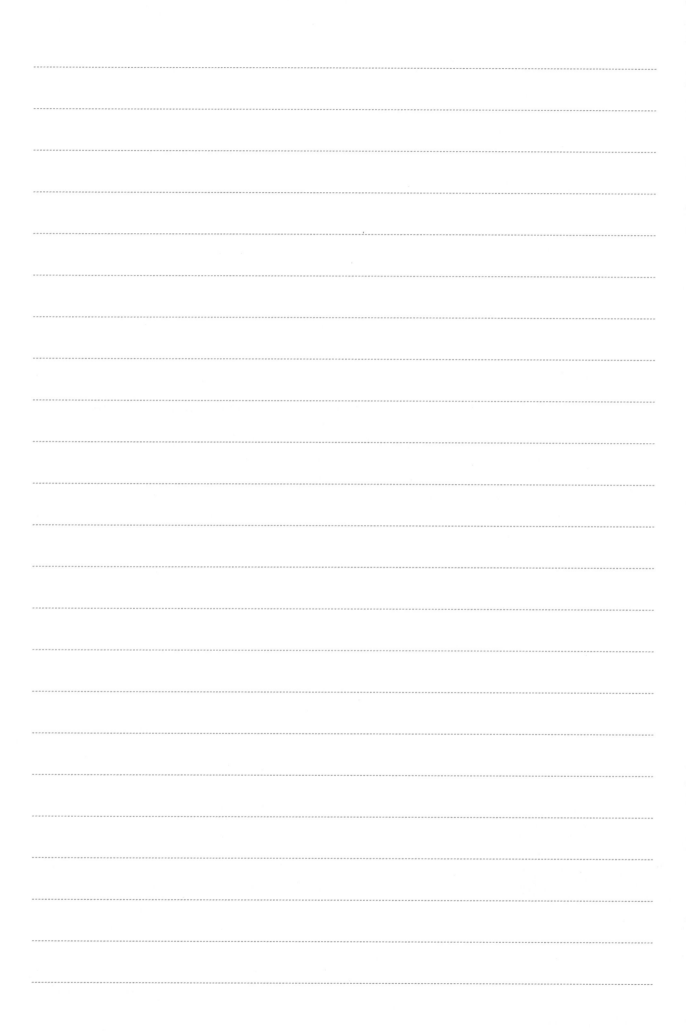

Bài 5
Kinh doanh

商業

Trung tâm kinh tế của Việt Nam - Thành phố Hồ Chí Minh

Ý Kiến Cá Nhân 個人意見

1. Theo bạn hoạt động kinh doanh được hiểu đơn giản là gì?

____

____

____

2. Hãy kể tên những loại hình doanh nghiệp mà bạn biết.

____

____

____

3. Người Việt có câu: "Tiền trong nhà tiền chửa, tiền ra khỏi cửa tiền đẻ." Bạn nhận định như thế nào về câu nói này.

____

____

____

4. Bạn đánh giá thế nào về vai trò của doanh nghiệp trong nền kinh tế?

____

____

____

Bài Đọc 課文

▸MP3-5.1

Doanh nghiệp có vị trí rất quan trọng trong nền kinh tế, là bộ phận chủ yếu tạo ra tổng sản phẩm quốc dân. Vai trò và ảnh hưởng của doanh nghiệp tới sự phát triển của một đất nước đã được nhiều nhà kinh tế học nghiên cứu. Kết quả chỉ ra rằng hoạt động của doanh nghiệp không những tạo ra của cải vật chất, mà còn tạo việc làm và giải quyết các vấn đề xã hội. Trong khuôn khổ bài viết này, tác giả muốn giới thiệu về **vai trò của doanh nghiệp và các loại hình doanh nghiệp** tại Việt Nam - một thị trường mới nổi trong khu vực Đông Nam Á.

Nước Việt Nam do trải qua nhiều cuộc chiến tranh nên xuất phát điểm để xây dựng đất nước trong thời bình còn thấp. Trong quá trình khắc phục hậu quả chiến tranh và phát triển đất nước ấy, các doanh nghiệp Việt giữ vai trò **thực sự** quan trọng. Không chỉ giúp phát triển kinh tế, mà năng lực và sự phát triển của doanh nghiệp còn là yếu tố thúc đẩy quá trình công nghiệp hóa, hiện đại hóa đất nước, nâng cao vị thế của Việt Nam trong hội nhập quốc tế [1].

Vai trò khác của doanh nghiệp Việt **có thể kể đến là** giải quyết và ổn định các vấn đề xã hội [2]. Trong những năm gần đây, số lượng doanh nghiệp tăng nhanh đã tạo ra nhiều cơ hội việc làm, tăng thu nhập và nâng cao chất lượng cuộc sống của người dân. Doanh nghiệp phát triển nhanh còn góp sức chuyển dịch cơ cấu lao động từ ngành nông nghiệp sang các ngành kinh tế phi nông nghiệp, thúc đẩy quá trình đô thị hóa. Thêm nữa, sự đóng góp tài chính từ doanh nghiệp tăng cũng tạo điều kiện tốt để Chính phủ đầu tư cho cơ sở hạ tầng, hệ thống y tế và giáo dục.

Có thể khẳng định doanh nghiệp là lực lượng nhân tạo mạnh nhất trong nền kinh tế. **Theo quy định của** Luật doanh nghiệp 2014, doanh nghiệp Việt Nam được chia thành 5 loại: (1) công ty trách nhiệm hữu hạn (TNHH), (2) công ty cổ phần, (3) doanh nghiệp tư nhân, (4) công ty hợp danh và (5) doanh nghiệp Nhà nước. Đặc điểm cơ bản của 5 loại hình doanh nghiệp này được hiểu ngắn gọn như sau: "Thứ nhất, công ty TNHH là doanh nghiệp mà chủ sở hữu chỉ chịu trách nhiệm về các khoản nợ và nghĩa vụ tài sản của công ty trong phạm vi của số vốn điều lệ. Thứ hai, công ty cổ phần là doanh nghiệp có vốn điều lệ được chia thành các phần bằng nhau (gọi là cổ phần). Các công ty cổ phần này có quyền phát hành chứng khoán để huy động vốn. Thứ ba, doanh nghiệp tư nhân là doanh nghiệp do 1 cá nhân làm chủ và tự chịu trách nhiệm bằng toàn bộ tài sản của mình về mọi hoạt động của doanh nghiệp. Thứ tư, công ty hợp danh là doanh nghiệp, trong đó có ít nhất 2 thành viên là chủ sở hữu chung của công ty. Ngoài các thành viên hợp danh, doanh nghiệp này có thể có thành viên góp vốn. Thứ năm, doanh nghiệp Nhà nước là doanh nghiệp do Nhà nước nắm giữ 100% vốn điều lệ hoặc có cổ phần chi phối." Khác với các doanh nghiệp kể trên, **bên cạnh** mục tiêu lợi nhuận, doanh nghiệp nhà nước **còn** mang thêm trách nhiệm của xã hội, hoạt động vì lợi ích cộng đồng.

Thành lập doanh nghiệp là bước đầu tiên trong quá trình kinh doanh của một tổ chức hoặc cá nhân. Trong cuộc cách mạng công nghiệp 4.0 hiện nay, ta thấy một thay đổi trong mục đích hoạt động của doanh nghiệp Việt. Từ quan điểm cho rằng mục đích của kinh doanh là tối đa hóa giá trị cho chủ sở hữu chuyển sang quan điểm mới rằng mục đích của kinh doanh là tối đa hóa giá trị cho xã hội. **Thật** là **khó để** cụ thể hóa các mục đích kinh doanh của doanh nghiệp Việt trong phạm vi bài viết này, nhưng người viết tin rằng chính phủ Việt Nam cùng người Việt trong và ngoài nước đang đoàn kết trong hành động, cùng khai thác sức mạnh của doanh nghiệp Việt nhằm giải quyết những thách thức của đất nước trên con đường hội nhập toàn cầu.

Tài liệu tham khảo:

1. Thanh Thủy (2018). Vai trò của doanh nghiệp trong phát triển bền vững. *Thời báo Ngân hàng*.
2. Đỗ Tất Cường (2018). Để phát triển bền vững, doanh nghiệp cần gì? *Tạp chí Tài chính*.

Từ Mới 生詞

▶MP3-5.2

1	doanh nghiệp	企業；業務	15	công ty cổ phần	股份公司
2	tổng sản phẩm quốc dân	國民生產總值	16	công ty trách nhiệm hữu hạn	責任有限公司
3	của cải vật chất	物質財產	17	công ty hợp danh	合夥公司；兩合公司
4	loại hình	類型	18	doanh nghiệp nhà nước	國營企業
5	thị trường mới nổi	新興市場	19	huy động vốn	籌資
6	xuất phát điểm	起點	20	vốn điều lệ	授權資本
7	thời bình	和平時期	21	phát hành	發行；發布
8	khắc phục	克服；超越	22	chứng khoán	證券
9	vị thế	位置；地位	23	thành viên góp vốn	入股股東
10	giải quyết	解決；處理	24	cổ phần	股份
11	kinh tế phi nông nghiệp	非農經濟	25	chi phối	支配；控制
12	thu ngân sách	政府預算收入；預算收集	26	thành lập	建立
13	luật doanh nghiệp	企業法	27	tối đa hóa	最大化
14	doanh nghiệp tư nhân	責任無限公司；個人獨資企業；私人企業	28	giá trị	價值

Đọc Hiểu 閱讀理解

1. Dựa vào nội dung bài đọc, trả lời các câu hỏi dưới đây.

1) Doanh nghiệp có vai trò như thế nào trong nền kinh tế?

____

____

2) Tại sao xuất phát điểm để xây dựng đất nước của Việt Nam thấp?

____

____

3) Năng lực và sự phát triển của doanh nghiệp Việt là yếu tố đảm bảo cho điều gì?

____

____

4) Bên cạnh giúp phát triển kinh tế, doanh nghiệp Việt còn có vai trò nào khác?

____

____

5) Điều gì thúc đẩy quá trình đô thị hóa ở Việt Nam?

____

____

6) Công ty cổ phần có đặc điểm cơ bản nào?

____

____

7) Ngày nay bên cạnh mục tiêu lợi nhuận, doanh nghiệp Việt còn hoạt động vì điều gì?

____

____

2. Chọn Đúng (Đ) hay Sai (S) theo nội dung của bài đọc.

1) ( ) Hoạt động của doanh nghiệp tạo ra của cải vật chất và việc làm cho xã hội.

2) ( ) Vì trải qua nhiều cuộc cách mạng công nghiệp nên xuất phát điểm để phát triển của Việt Nam còn thấp.

3) ( ) Sự phát triển của doanh nghiệp không ảnh hưởng nhiều đến nền kinh tế của một đất nước.

4) ( ) Hoạt động của doanh nghiệp còn góp phần ổn định các vấn đề xã hội.

5) ( ) Doanh nghiệp là lực lượng nhân tạo mạnh nhất trong nền kinh tế.

6) ( ) Chủ sở hữu công ty trách nhiệm hữu hạn phải chịu trách nhiệm về các khoản nợ và nghĩa vụ tài sản của công ty bằng tất cả tài sản của mình.

7) ( ) Công ty cổ phần có thể phát hành chứng khoán để huy động vốn.

8) ( ) Doanh nghiệp tư nhân do một hoặc nhiều cá nhân cùng làm chủ.

3. Chọn đáp án đúng nhất theo nội dung bài đọc.

1) ( ) Sự phát triển của doanh nghiệp Việt có vai trò quan trọng trong:

A. Phát triển kinh tế

B. Thúc đẩy quá trình công nghiệp hóa, hiện đại hóa đất nước

C. Nâng cao vị thế của đất nước trong hội nhập

D. Cả A/B/C

2) ( ) Doanh nghiệp tư nhân là loại hình doanh nghiệp mà ở đó:

A. Chủ sở hữu doanh nghiệp là một cá nhân

B. Có thể phát hành cổ phiếu để huy động vốn

C. Có ít nhất hai thành viên là chủ sở hữu

D. Chủ sở hữu chỉ chịu trách nhiệm về các khoản nợ trong phạm vi vốn điều lệ

3) (　　) Doanh nghiệp Nhà nước là loại hình doanh nghiệp:

A. Hoạt động không vì lợi nhuận

B. Do nhà nước nắm giữ 100% vốn điều lệ hoặc cổ phần chi phối

C. Chịu trách nhiệm vô hạn

D. Cả A/B/C

4) (　　) Quan điểm mới trong mục đích kinh doanh của doanh nghiệp là:

A. Tối đa hóa lợi ích của chủ sở hữu

B. Tăng trưởng nhanh và thu lợi nhuận

C. Tối đa hóa lợi ích của xã hội

D. Không phải các đáp án trên

Tháp Rùa ở Hồ Hoàn Kiếm Hà Nội

Luyện Tập Từ Vựng 詞彙練習

1. Theo nội dung bài đọc, tìm từ phù hợp với định nghĩa cho sẵn ở bên dưới.

nghĩa vụ	thời bình	trải qua
loại hình	khắc phục	thị trường mới nổi
năng lực	chứng khoán	tổng sản phẩm quốc dân

1) ____________: Sự vật hoặc hiện tượng có chung tính chất đặc trưng.
2) ____________: Thời kỳ hoà bình.
3) ____________: Việc phải làm theo pháp luật hay đạo đức.
4) ____________: Cổ phiếu, trái phiếu có thể mua đi bán lại.
5) ____________: Từng qua một thời
6) ____________: Khả năng để thực hiện, hoàn thành công việc.
7) ____________: Vượt qua những khó khăn, hoặc làm mất đi những cái chưa tốt.
8) ____________: "Tổng giá trị hàng hóa và dịch vụ cuối cùng do các nhân tố sản xuất trong nước sản xuất ra trong một thời kỳ nhất định."
9) ____________: Các quốc gia trong quá trình công nghiệp hóa và có tốc độ tăng trưởng nhanh.

2. Chọn từ cho sẵn trong bảng ở phần 1 để hoàn thành các câu sau.

1. Học tập là quyền lợi và ____________ của mỗi công dân.
2. Khi đối mặt với những khó khăn thì ____________ giải quyết vấn đề là rất quan trọng.
3. Chúng tôi đã có thêm nhiều kiến thức sau khi ____________ đợt tập huấn này.
4. Vì sự phát triển của đất nước, Chính phủ đã lắng nghe tiếng nói của người dân, ____________ bệnh hành chính và giải quyết tốt các vấn đề xã hội.
5. Giới trẻ ngày nay rất thích đầu tư vào thị trường ____________ vì không cần quá nhiều vốn mà lợi nhận cao.

6. Việt Nam là một trong những ________________ đầy tiềm năng ở Châu Á.
7. Được sống trong ________________, chúng ta phải biết ơn những người đã hy sinh vì tổ quốc.

3. Sử dụng các từ cho sẵn để điền vào chỗ trống.

1) **Kinh doanh / kinh tế**
   - Khi nắm giữ cổ phiếu của một công ty, chúng ta cần quan tâm đến kết quả hoạt động ________________ của công ty đó.
   - Năng lực và hiệu quả hoạt động của doanh nghiệp có ảnh hưởng trực tiếp đến tốc độ phát triển ________________ của đất nước.

2) **Công ty / doanh nghiệp**
   - Tập đoàn này có quy mô rất lớn với hàng chục ________________ con ở nước ngoài.
   - Nói đến ________________ là nói đến tập hợp những công ty có đặc điểm chung như: ________________ Nhà nước, ________________ tư nhân.
   - ________________ cổ phần là loại hình doanh nghiệp có thể phát hành chứng khoán để huy động vốn.

3) **Quản lý / điều hành**
   - Thời gian là vàng bạc, nhưng thật không dễ để ________________ thời gian một cách hiệu quả.
   - Giám đốc là người trực tiếp ________________ các cuộc họp của công ty.

4) **tư nhân / cá nhân**
   - Phần lớn các doanh nghiệp nhỏ và vừa ở Việt Nam là doanh nghiệp ________________
   - Lao động, bảo vệ tổ quốc là trách nhiệm của tất cả mọi người, chứ không phải là trách nhiệm của riêng ________________ nào.

5) Cổ phần / cổ phiếu

- So với công ty trách nhiệm hữu hạn thì công ty ________________ có lợi thế hơn hẳn về huy động vốn.
- ________________ được phát hành bởi các công ty cổ phần, xác nhận quyền sở hữu và lợi ích hợp pháp của cổ đông.

4. Tìm từ có nghĩa phù hợp để thay cho từ gạch chân.

1) ( ) *Ngân hàng* thương mại không phải là loại doanh nghiệp thông thường mà là một loại doanh nghiệp đặc biệt.

A. Ngân lượng B. Nhà băng
C. Nhà hàng D. Nhà nước

2) ( ) *Năng lực* cạnh tranh là yếu tố quyết định đến sự thành công của doanh nghiệp trong hội nhập kinh tế quốc tế.

A. Khả năng B. Tài năng
C. Năng suất D. Năng khiếu

3) ( ) Việt Nam đang trong *thời kỳ* công nghiệp hóa, hiện đại hóa đất nước.

A. Thời gian B. Giai đoạn
C. Thời điểm D. Thời nay

5. Viết thêm các từ liên quan đến danh mục dưới đây.

Loại hình doanh nghiệp:

____

____

____

Kinh doanh:

____

____

____

Ngữ Pháp 語法筆記 ▸MP3-5.3

1) thật khó để 「難得 / 很難」

◉ Thật khó thực hiện được ước mơ nếu chúng ta không nỗ lực hết mình.

如果我們不努力，很難能實現夢想。

Giải thích 語法說明

– Cấu trúc này được sử dụng để chỉ ra rằng tình huống được mô tả là rất hiếm và khó đạt được.

– 「thật khó để」（難得 / 很難）用於指出所描述的情況欲達成之難得與困難。

Ví dụ:

- **Thật khó để** luyện nói ngoại ngữ như người bản xứ.
- Trong cuộc sống đôi khi **thật khó để** phân định rạch ròi tốt xấu, đúng sai.
- Chỉ dùng mắt thường sẽ **thật khó để** ____________________
  ____
- Đối với một doanh nghiệp mới thành lập thì **thật khó để** ______
  ____
- Cả hai màu tôi đều thích nên **thật khó để** ________________
  ____
- ____
  ____
- ____
  ____

2) theo quy định của ... 「按照……的規定」

◉ Theo quy định của luật an toàn giao thông đường bộ, người uống rượu bia không được phép lái xe.

按照道路交通安全法的規定，飲酒者不得開車。

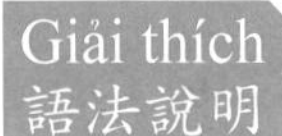

– Mẫu câu này được sử dụng để mô tả quy tắc hoặc yêu cầu được thiết lập bởi một tổ chức hay chính phủ.

– 「theo quy định của ...」（按照……的規定）用來說明規定。

Ví dụ:

- **Theo quy định của** luật hôn nhân và gia đình năm 2018, nam nữ được đăng ký kết hôn khi nam từ đủ 20 tuổi trở lên, nữ từ đủ 18 tuổi trở lên.
- **Theo quy định của** ASEAN, các sản phẩm có tỷ lệ "nội khối" từ 40% được xem là sản phẩm vùng ASEAN, sẽ được hưởng các ưu đãi khi xuất khẩu trong khối ASEAN.
- Chúng ta phải sống và làm việc ____________________.
- Theo quy định của trường đại học Chính trị, ____________________

  ____
- Theo quy định của Chính phủ, ____________________

  ____
- ____________________

  ____
- ____________________

  ____

3) bên cạnh ... vẫn còn ... 「除了……還有（仍）……」

◉ Bên cạnh những thành quả đã đạt được, ngành du lịch Việt Nam vẫn còn một số tồn tại cần khắc phục.

除了已達成的成就，越南的旅遊業仍有一些需要克服的現況。

Giải thích 語法說明

– Cấu trúc này được sử dụng để nhấn mạnh rằng bên cạnh một thứ, còn có những thứ khác.

– 「bên cạnh ... vẫn còn ...」用來強調除了某件事物外，還有其他的事物。

Ví dụ:

- **Bên cạnh** công việc và tiền bạc, cuộc sống **vẫn còn** rất nhiều thứ để chúng ta quan tâm.
- **Bên cạnh** lợi ích, mạng xã hội **(vẫn) còn** có những tác động tiêu cực đối với người sử dụng.
- **Bên cạnh** những ưu điểm, doanh nghiệp tư nhân **vẫn còn** ______

  ______
- **Bên cạnh** những vấn đề trong nước, ______

  ______
- ______

  ______
- ______

  ______
- ______

  ______

4) có thể kể đến là 「可以提到的是」

◉ Tài nguyên thiên nhiên có thể kể đến là: tài nguyên rừng, tài nguyên biển, tài nguyên khoáng sản và một số loại khác.

說到自然資源，可以提到的是森林資源、海洋資源、礦產資源，以及一些其他的資源類型。

Giải thích
語法說明

– Cụm từ này được đặt ở giữa câu để mô tả nội dung rõ ràng hơn.

– 「có thể kể đến là」放在句子中間，類似中文「可以提到的是」。

Ví dụ:

- Thành công đặc biệt trong diễn đàn du lịch ASEAN 2016 **có thể kể đến là** việc thông qua một thị thực du lịch chung, áp dụng cho cả mười nước thành viên.
- Các ứng dụng tiêu biểu của Apple **có thể kể đến là**: ứng dụng gọi xe Uber, ứng dụng theo dõi sức khỏe Running và Twitter.
- Ưu điểm **có thể kể đến** của công ty trách nhiệm hữu hạn **là** ____
____
- Ẩm thực ngon của Việt Nam **có thể kể đến là** ____
____
- ____
____
- ____
____
- ____
____

5) thực sự 「真的 / 的確 / 確實」

◉ Người tiêu dùng sẵn sàng trả thêm tiền để mua được thực phẩm thực sự an toàn và đáng tin cậy.

消費者會願意支付額外費用來購買確實安全並值得信賴的食品。

Giải thích
語法說明

– "thực sự" được sử dụng trước động từ, cụm chủ vị hoặc tính từ để khẳng định một quan điểm.

– 「thực sự」（真的 / 的確 / 確實）放在動詞、主謂片語或形容詞前方，用來肯定某個觀點。

Ví dụ:

- Làm việc ở công ty Viettel **thực sự** là một cơ hội tốt. Tôi chúc bạn có một tương lai tươi sáng.
- Tôi **thực sự** không biết lý do anh ấy giận, nếu không tôi đã nói với bạn.
- Bạn đã **thực sự** bỏ công sức để học tiếng Việt chưa? **Thật sự** muốn học một ngôn ngữ ____________________
  ____
- Do dự báo nhu cầu lao động chưa **thật sự** chính xác ____________
  ____
- ____________________
  ____
- ____________________
  ____
- ____________________
  ____

Luyện Nói 口語練習

Hãy dùng ngữ pháp đã học "theo quy định của ..." hoặc "có thể kể đến là" để hoàn thành đoạn hội thoại.

Ví dụ:

Nam: Mình làm việc ở công ty được tám tháng rồi. Bạn có biết năm nay mình được mấy ngày nghỉ năm không?

Hoa: **Theo quy định của** luật lao động năm 2019, thì bạn sẽ có 12 ngày nghỉ hưởng nguyên lương đấy.

1) *Nam:* Mình sẽ đi Đài Loan vào tuần tới, bạn có muốn ăn nem chua không mình mang cho?

Hoa: Bạn đừng mang vì **theo quy định của** Hải quan Đài Loan ______

____

2) *Nam:* Do bị ốm nên môn học này mình nghỉ 4 buổi rồi, không biết có được thi không?

Hoa: **Theo quy định của** nhà trường thì ______________

____

3) *Nam:* Thật chán quá, mình lại muộn giờ làm rồi!

Hoa: Bạn đừng lo, **theo quy định của** công ty ______________

____

4) *Nam:* Mình sẽ đến Hà Nội 1 tuần, bạn có thể giới thiệu cho mình vài nơi để thăm quan không?

Hoa: ______________________________

____

5) *Nam:* Còn ẩm thực thì sao? Mình nên thử đặc sản gì ở Hà Nội?

Hoa: ____

____

6) *Nam:* Bạn đánh giá tiếng Việt thế nào? Học tiếng Việt có khó không?

Hoa: ____

____

7) *Hoa:* Bạn đợt này ốm (gầy) hơn nhìn xinh như người mẫu ý! Chia sẻ bí quyết giảm cân cho mình đi?

Mai: ____

____

Chợ nổi Cái Răng Cần Thơ

Luyện Viết 寫作練習

1. **Sử dụng cấu trúc "bên cạnh ... vẫn còn ..." để viết lại câu, có thể loại bỏ một số từ.**

   1) Khủng hoảng tài chính khiến rất nhiều doanh nghiệp điêu đứng. Nhưng vẫn có nhiều doanh nghiệp đã nắm bắt được cơ hội để vượt lên, phát triển hoạt động kinh doanh của mình.

      → Khủng hoảng tài chính khiến rất nhiều doanh nghiệp điêu đứng. Tuy nhiên, **bên cạnh** khó khăn, **vẫn còn** ______________________

      ____

   2) Chia tay người yêu là chuyện buồn với bất kỳ ai. Nhưng hãy quên nó đi bởi chúng ta còn có gia đình, có ước mơ và nhiều thứ quan trọng khác.

      ____

      ____

      ____

   3) Sau khi tốt nghiệp đi làm, cô ấy dùng tiền lương hàng tháng để trả sinh hoạt phí, phần còn lại để tiết kiệm và biếu bố mẹ.

      ____

      ____

      ____

   4) Chúng ta ngoài học kiến thức từ thầy cô ở trường cũng cần học nhiều kiến thức từ gia đình và cuộc sống

      ____

      ____

      ____

2. Dùng cấu trúc "thực sự" hoặc "thật khó để" và các từ cho sẵn để viết thành câu hoàn chỉnh.

1) Hãy làm công việc / bạn / đam mê / bởi chỉ có như vậy / niềm vui, hạnh phúc / bạn mới có được.

____

____

____

2) Cô ấy không phải / muốn đến thăm tôi, / chỉ là thuận đường nên ghé qua thôi.

____

____

____

3) thành lập công ty / mình đang định / nhưng / đưa ra lựa chọn / về loại hình doanh nghiệp.

____

____

____

4) Nếu không làm trong ngành y / thầm lặng của bác sĩ / hiểu được hết sự vất vả / và những hy sinh.

____

____

____

5) Cân bằng / giữa công việc / cuộc sống.

____

____

____

6) Mua một chiếc ô tô / một sinh viên / bằng tiền của chính mình / đối với.

____

____

____

Hội An - trung tâm buôn bán lớn nhất Đông Nam Á từ thế kỷ 15 đến thế kỷ 19

Luyện Nghe 聽力練習 ▸MP3-5.4

Nghe nội dung và đánh dấu vào những thông tin đúng.

1) (　) Hành động nào của chúng ta tạo ra giá trị cho nền kinh tế?
A. Để tiền trong nhà, tiết kiệm thật nhiều
B. Dùng tiền để tiêu dùng và đầu tư kinh doanh
C. Tích trữ vàng và ngoại tệ
D. Cả A/B/C đúng

2) (　) Người bạn trong bài đã tiêu hết bao nhiêu tiền để mua quần áo và dụng cụ học tập?
A. 20.000 đồng
B. 200.000 đồng
C. 2.000.000 đồng
D. 20.000.000 đồng

3) (　) Nội dung nào về hoạt động thương mại quốc tế không được nhắc đến trong bài?
A. Thương mại giúp nền kinh tế thế giới phát triển nhanh
B. Thương mại quốc tế phá bỏ rào cản thuế quan
C. Thương mại quốc tế thúc đẩy quá trình toàn cầu hóa
D. Ảnh hưởng đến công ăn việc làm và văn hóa truyền thống

4) (　) Để tiền trong nhà sẽ làm mất đi chức năng nào của tiền?
A. Phương tiện trao đổi
B. Phương tiện thanh toán
C. Thước đo giá trị
D. Phương tiện tích lũy

5) (　) Nền kinh tế chỉ đạt được trạng thái cân bằng khi:
A. Con người có kiếm tiền
B. Con người có tiêu dùng
C. Con người có tiết kiệm, có đầu tư
D. Cả A/B/C đúng

Bài Tập Về Nhà 作業

1. Đặt câu với những từ và ngữ pháp cho sẵn.

1) doanh nghiệp: ______________________________

____

2) loại hình: ______________________________

____

3) giải quyết: ______________________________

____

4) thu ngân sách: ______________________________

____

5) luật doanh nghiệp: ______________________________

____

6) vốn điều lệ: ______________________________

____

7) chứng khoán: ______________________________

____

8) thành lập: ______________________________

____

9) tối đa hóa: ______________________________

____

10) thật khó để ...: ____________________

____

11) theo quy định của: ____________________

____

12) bên cạnh ... vẫn còn ...: ____________________

____

13) có thể kể đến là ...: ____________________

____

14) thực sự: ____________________

____

2. Đánh máy

1) Viết một bài luận về các loại hình doanh nghiệp ở Đài Loan. (từ 500 đến 1000 từ)
2) Steve Jobs từng nói: "Bạn không thể chỉ hỏi khách hàng xem họ muốn gì và rồi cố đem nó cho họ. Tới lúc bạn hoàn thiện nó, họ đã muốn thứ mới mẻ khác rồi." Hãy viết một bài luận trình bày cảm nhận của bạn về bài học kinh doanh từ Cố CEO của Apple.

Bài 6
Công Nghệ 4.0

技術 4.0

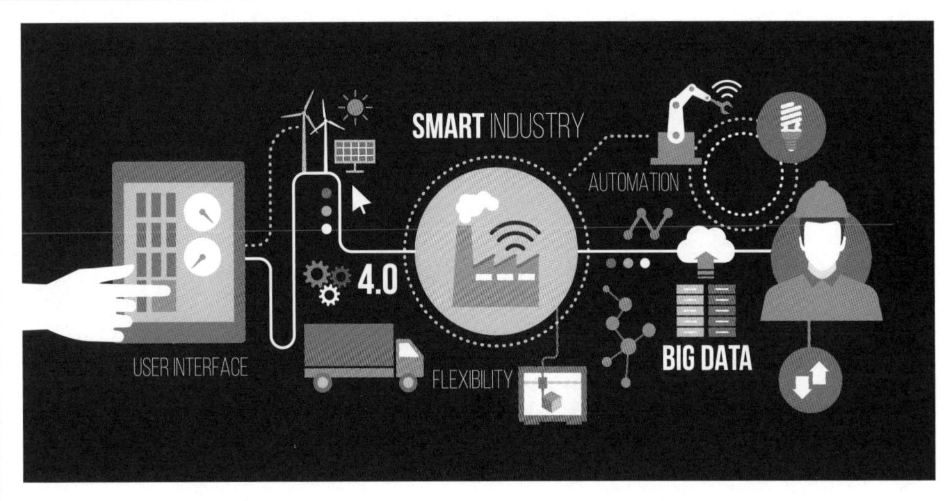

Công nghiệp thông minh, tự động hóa và dữ liệu lớn

Ý Kiến Cá Nhân 個人意見

1. Bạn đánh giá như thế nào về những tác động của công nghệ đối với cuộc sống con người?

2. Theo bạn đâu là cơ hội và thách thức khi vạn vật được kết nối Internet.

3. Là người trẻ tuổi, chúng ta nên có những kỹ năng gì trong thời đại 4.0? Theo bạn cơ hội việc làm của chúng ta có thay đổi gì không?

Bài Đọc 課文

▶MP3-6.1

Trong những năm qua, thuật ngữ "cách mạng công nghiệp 4.0" được nhắc đến nhiều trên truyền thông và mạng xã hội. Cuộc cách mạng công nghiệp lần thứ tư này đã và đang ảnh hưởng mạnh đến đời sống con người, nền kinh tế và chính trị của các quốc gia trên thế giới. Ở Việt Nam nhiều cuộc hội thảo và tập huấn được tổ chức để các cơ quan, doanh nghiệp và người dân hiểu về cách mạng 4.0. Bài viết nhỏ này muốn đưa tới cho các bạn có hứng thú tìm hiểu, một cái nhìn tổng quan nhất về cách mạng 4.0 và những ảnh hưởng của nó tới cuộc sống của chúng ta.

Đầu tiên, chúng ta cần làm rõ cách mạng công nghiệp là gì? Cách mạng công nghiệp là khoảng thời gian đánh dấu bước chuyển lớn của con người, nhờ áp dụng những thành tựu mới của khoa học và công nghệ trong sản xuất và đời sống (1). Những thành tựu của các cuộc cách mạng công nghiệp không chỉ làm thay đổi trong cuộc sống của con người mà còn dẫn tới sự thay đổi toàn diện về kinh tế và xã hội. Thế giới đã trải qua ba cuộc cách mạng công nghiệp[1] nhưng chắc chắn cuộc cách mạng công nghiệp lần thứ tư đang xảy ra sẽ là cuộc cách mạng có ảnh hưởng sâu sắc nhất. Các yếu tố cốt lõi của cuộc cách mạng này bao gồm hệ thống không gian mạng thực-ảo (cyber-physical system), trí tuệ nhân tạo (AI), internet vạn vật (internet of things), điện toán đám mây (cloud computing) và điện toán nhận thức (cognitive computing).

Tại diễn đàn kinh tế thế giới lần thứ 46 vào ngày 20/01/2016, các học giả đã chỉ ra: cách mạng công nghiệp lần thứ tư được dựa trên nền tảng công nghệ số và tích hợp tất cả các công nghệ thông minh để tối ưu hóa quy trình sản xuất; nhấn mạnh những lĩnh vực chịu nhiều tác động nhất trong tương lai gần là công nghệ in 3D, công nghệ sinh học, công nghệ tự động hóa và người

---

1 "Cuộc cách mạng công nghiệp đầu tiên diễn ra vào khoảng giữa thế kỷ 18 đến giữa thế kỷ 19. Nó được bắt nguồn từ miền trung nước Anh và sau đó lan rộng khắp châu Âu, với sự ra đời của máy móc và động cơ hơi nước. Cuộc cách mạng lần thứ 2 tiếp diễn sau đó từ nửa cuối thế kỷ 19 nhờ dầu mỏ và động cơ đốt trong. Thời kỳ này, điện năng được sử dụng nhiều hơn và công nghệ kỹ thuật đã làm thay đổi hoàn toàn xã hội. Cuộc cách mạng công nghiệp lần thứ 3 bắt đầu từ những năm 1969 khi nhiều cơ sở hạ tầng điện tử, số hóa và máy tính phát triển mạnh. Cho đến cuối thế kỷ 20, Internet và hàng tỷ thiết bị công nghệ cao được sử dụng rộng rãi trong xã hội, đánh dấu cách mạng 3.0 kết thúc" - theo https://vi.wikipedia.org/.

máy. Cách mạng 4.0 đã và đang hoàn thiện các nhà máy thông minh. Nơi mà **không cần** con người điều khiển trực tiếp, **chỉ cần** hệ thống mạng kết nối là máy móc có thể trao đổi dữ liệu, phân tích và cung cấp thông tin chính xác về số lượng và chất lượng hàng hóa, về sự cố hoặc lỗi, hay những thay đổi trong đơn đặt hàng. **Bằng cách này**, quá trình sản xuất sẽ tránh được những sai sót, tăng hiệu suất, tối ưu hóa hoạt động của máy móc và chất lượng sản phẩm.

Các học giả nhận định cuộc cách mạng 4.0 đang thay đổi hoàn toàn cách sống và làm việc của chúng ta. Và tất nhiên sự thay đổi đó không chỉ mở ra cơ hội mới mà còn đặt ra nhiều thách thức cho cuộc sống con người. Thứ nhất, cách mạng 4.0 có thể phá vỡ thị trường lao động bởi khi tự động hóa lên ngôi, khi người máy thay thế con người trong nhiều lĩnh vực, thì chắc chắn lượng lao động thất nghiệp sẽ tăng nhanh (2). Thứ hai, cuộc cách mạng này sẽ mang đến cho thế giới một diện mạo mới, đòi hỏi các doanh nghiệp phải thay đổi. Những thay đổi trong kinh tế này sẽ dẫn đến một bộ phận dân cư có cuộc sống bất ổn. Nếu chính phủ các nước không có những ứng xử thích hợp, kịp thời thì nguy cơ bất ổn về kinh tế - chính trị trên toàn cầu là khó tránh khỏi. Thứ ba, những thay đổi về cách thức giao tiếp trên Internet cũng đặt con người vào nhiều nguy hiểm (3). Chúng ta **không** ai **không** biết tầm quan trọng của việc bảo vệ thông tin cá nhân trong thời đại số. Nếu thông tin cá nhân bị lộ thì có thể sẽ dẫn đến những hệ lụy khôn lường.

Như đã nói, cách mạng 4.0 đang tác động vào cuộc sống của chúng ta nhiều hơn bao giờ hết. Để tận dụng được cơ hội thì ngành giáo dục cần đóng vai trò chủ đạo để đào tạo ra lực lượng lao động có trình độ và kỹ năng thích ứng với sự phát triển của công nghệ. Người lao động ngoài khả năng quan trọng nhất là sáng tạo và đổi mới còn cần trang bị các kỹ năng mềm như kỹ năng kiểm tra thông tin, kỹ năng hợp tác và làm việc nhóm, kỹ năng thương thảo, kỹ năng lãnh đạo, v.v. Giáo dục quy chuẩn hiện nay cần thay đổi theo hướng giáo dục linh hoạt, chú ý tới nhu cầu và năng lực của từng cá nhân. Trước tốc độ thay đổi như vũ bão trong kỷ nguyên 4.0, chính phủ và người dân Việt Nam đã sẵn sàng để tận dụng những sức mạnh sẵn có và nắm lấy cơ hội từ cuộc cách mạng này, nhằm thúc đẩy quá trình công nghiệp hoá, hiện đại hoá đất nước.

Tài liệu tham khảo:

1. TechInsight (2017). Lịch sử các cuộc cách mạng công nghiệp.
2. Văn Giáp (2018). Thách thức lớn với thị trường lao động từ cuộc cách mạng 4.0. *BNEWS/TTXVN*
3. Kiến thức kinh doanh (2018). Những thách thức và cơ hội trong công nghiệp 4.0 là gì?

Các ứng dụng của công nghệ trong cuộc sống

Từ Mới 生詞

▶MP3-6.2

1	cách mạng công nghiệp	工業革命	14	đơn đặt hàng	訂單
2	truyền thông	溝通交流	15	hiệu suất	效率（生產上）
3	tập huấn	訓練	16	tối ưu hóa	優化
4	hứng thú	興趣；有趣	17	học giả	學者
5	toàn diện	全面	18	hoàn toàn	完全地
6	cốt lõi	核心	19	phá vỡ	破壞；毀壞
7	diễn đàn	論壇	20	diện mạo	面貌
8	công nghệ sinh học	生物科技	21	hệ lụy	牽連（連帶後果）；影響（負面的）
9	người máy	機器人	22	thích ứng	適應性
10	nhà máy thông minh	智慧工廠	23	thương thảo	協商
11	kết nối	連接	24	linh hoạt	靈活的
12	chính xác	正確的；準確的	25	kỷ nguyên	時代
13	sự cố	事故	26	sẵn có	固有（本來具備的）

Đọc Hiểu 閱讀理解

1. Dựa vào nội dung bài đọc, trả lời các câu hỏi dưới đây.

1) Cách mạng 4.0 còn được gọi là gì?

2) Cuộc cách mạng này có ảnh hưởng mạnh đến những lĩnh vực nào?

3) Thế giới đã trải qua bao nhiêu cuộc cách mạng công nghiệp?

4) Cách mạng 4.0 bao gồm những yếu tố cốt lõi nào?

5) Những yếu tố nào chịu tác động mạnh nhất từ cuộc cách mạng này trong tương lai gần?

6) Những thách thức chính từ cuộc cách mạng công nghiệp 4.0 là gì?

7) Để tận dụng được cơ hội và vượt qua thách thức thì chính phủ các nước cần tập trung vào điều gì?

____

____

2. Chọn Đúng (Đ) hay Sai (S) theo nội dung của bài đọc.

1) (   ) Việt Nam đã tổ chức nhiều cuộc tập huấn và hội thảo về cách mạng 4.0.

2) (   ) Những thành tựu từ các cuộc cách mạng công nghiệp ảnh hưởng rất ít đến cuộc sống của chúng ta.

3) (   ) Cách mạng công nghiệp lần thứ tư dựa trên nền tảng của máy tính với sự phát triển của chất bán dẫn.

4) (   ) Những nhà máy thông minh không cần con người điều khiển trực tiếp.

5) (   ) Cách mạng 4.0 thay đổi hoàn toàn cách sống và cách làm việc của chúng ta.

6) (   ) Cách mạng công nghiệp lần thứ tư chắc chắn sẽ làm giảm tỷ lệ thất nghiệp.

7) (   ) Việc bảo vệ thông tin cá nhân trong thời đại số là vô cùng quan trọng.

3. Chọn câu có ý phù hợp nhất cho mỗi đoạn văn.

1) (   ) Thế giới đã trải qua ba cuộc cách mạng công nghiệp và cuộc cách mạng công nghiệp lần thứ tư là cuộc cách mạng có ảnh hưởng sâu sắc nhất.

2) (   ) Cuộc cách mạng 4.0 cũng đặt ra nhiều thách thức cho cuộc sống con người và xã hội.

3) (   ) Giáo dục đóng vai trò chủ đạo để các nước tận dụng được cơ hội từ cuộc cách mạng công nghiệp lần thứ tư.

4) (   ) Cách mạng 4.0 tích hợp tất cả các công nghệ thông minh để tối ưu hóa quy trình sản xuất.

5) (   ) Cách mạng 4.0 đang ảnh hưởng mạnh đến đời sống con người, nền kinh tế và chính trị của các quốc gia.

4. Chọn đáp án đúng nhất theo nội dung bài đọc.

1) (   ) Nhiều cuộc hội thảo và tập huấn được tổ chức để:

A. Tuyên truyền về ảnh hưởng của cách mạng công nghiệp đến cuộc sống

B. Người dân hiểu các thông tin trên truyền thông và mạng xã hội

C. Các cơ quan, doanh nghiệp và người dân hiểu về cách mạng 4.0

D. Tất cả các đáp án trên

2) (   ) Theo bài viết, các yếu tố cốt lõi của cách mạng công nghiệp 4.0 không bao gồm:

A. Hệ thống không gian mạng thực - ảo

B. Công nghệ sinh học

C. Trí tuệ nhân tạo

D. Internet vạn vật

3) (   ) Đặc điểm nào về nhà máy thông minh được nhắc đến trong bài?

A. Nơi không cần con người điều khiển trực tiếp

B. Nơi hệ thống mạng kết nối máy móc

C. Nơi các máy móc tự trao đổi, phân tích và cung cấp thông tin

D. Tất cả các đáp án trên

4) (   ) Thách thức nào từ cuộc cách mạng 4.0 không được nhắc đến trong bài:

A. Có thể làm phá vỡ thị trường lao động

B. Có thể gây đến những bất ổn trong xã hội

C. Làm tăng các tệ nạn xã hội

D. Đặt con người vào nhiều nguy hiểm

Luyện Tập Từ Vựng 詞彙練習

1. Theo nội dung bài đọc, tìm từ phù hợp với định nghĩa cho sẵn ở bên dưới.

truyền thông	hứng thú	toàn diện
phá vỡ	linh hoạt	thích ứng
đánh dấu	sâu sắc	nền tảng

1) ______________: Trên tất cả các mặt.
2) ______________: Thay đổi cho phù hợp với hoàn cảnh hay yêu cầu.
3) ______________: Tâm trạng ham thích, cảm thấy hào hứng khi làm việc.
4) ______________: Làm cho tan nát, thất bại.
5) ______________: Phần chắc chắn để các bộ phận khác tồn tại và phát triển.
6) ______________: Sự kiện làm nổi bật một bước chuyển biến quan trọng.
7) ______________: Đi vào chiều sâu của vấn đề, hoặc một điều gì đó ở trong lòng không phai nhạt.
8) ______________: Nhanh nhẹn, căn cứ vào hoàn cảnh để giải quyết vấn đề, ứng phó mau lẹ.
9) ______________: là quá trình chia sẻ thông tin hoặc truyền dữ liệu được thực hiện theo các quy tắc nhất định.

2. Chọn từ cho sẵn trong bảng ở phần 1 để hoàn thành các câu sau.

1) Khi có ______________ với công việc, chúng sẽ làm việc hiệu quả hơn.
2) Cô ấy không chỉ giỏi chuyên môn mà còn có năng lực ______________ nhanh với công việc mới.
3) Trời mưa to đã ______________ kế hoạch đi dã ngoại của chúng tôi.
4) Bộ phim này mang đến cho tôi cảm nhận ______________ về chiến tranh.

5) Phụ huynh cần giúp con cái phát triển ________________ cả về thể lực lẫn trí tuệ.

6) Nhiều người nhận định rằng mạng xã hội đang là một kênh ________________ lớn và quan trọng nhất hiện nay.

7) Quyển sách này rất bổ ích! Nó cung cấp cho tôi những kiến thức ________________ về công nghệ thông tin.

3. Sử dụng các từ cho sẵn điền vào chỗ trống.

1) Truy cập / cập nhật

- ________________ là tác động tới dữ liệu nằm trong mạng để thu thập được thông tin cần thiết. ________________ là thay đổi hay bổ sung thông tin cho đúng theo thời gian.
- Số lượng thiết bị ________________ mạng trong trường đại học Chính Trị là rất lớn, nên đặt ra cho các nhân viên IT nhiều thách thức về việc đáp ứng nhu cầu tốc độ và bảo đảm an toàn dữ liệu của các thiết bị.
- Bạn đã ________________ thông tin chưa? Gói mạng 4G của Viettel đang có ưu đãi vô cùng hấp dẫn cho sinh viên, chỉ với 10.000 đồng / tháng, người dùng có thể ________________ internet với tốc độ mạng cực nhanh đó.

2) Kết nối / kết hợp

- ________________ là làm cho các phần gắn liền, gắn kết lại với nhau, còn ________________ là cùng làm việc để bổ sung cho nhau.
- Sự phát triển của mạng xã hội và công nghệ số đã và đang giúp ________________ con người và vạn vật lại với nhau.
- Bạn có biết rằng một số loại thức ăn và đồ uống không nên ________________ với nhau trong bữa ăn ví dụ như: tôm và vitamin C, hay thịt cua và trà.

3) Thuật ngữ / thuật lại

- ________________ là từ biểu đạt các khái niệm về khoa học hay nghệ thuật. ________________ là nhắc lại, kể lại những việc đã qua.

- Tôi không hiểu nhiều về các ________________ toán học này. Bạn có thể giải thích giúp tôi không?
- Anh ấy đang ________________ những gì đã thấy và đã nghe trong chuyến thám hiểm của mình cho chúng tôi.

4) **Tiềm năng / khả năng**

- ________________ là có thể làm tốt việc gì đó hay một việc có thể xảy ra. ________________ là năng lực tiềm tàng, chưa được phát huy.
- Kết quả sau phẫu thuật cho thấy các bác sĩ Việt Nam hoàn toàn có ________________ phẫu thuật thành công các ca ghép tim.
- Việt Nam có ________________ lớn để phát triển ngành du lịch vì chúng ta được ưu đãi về khí hậu, với nhiều danh lam thắng cảnh đẹp và vị trí địa lý thuận lợi.

Đường kết nối mạng kỹ thuật số của Hà Nội tại hồ Hoàng Cầu

Ngữ Pháp 語法筆記

▸MP3-6.3

1) như đã nói 「俗話說得好」

◉ Như đã nói, "tiền nào của ấy" thôi mà. Giá cả hàng hóa luôn đi đôi với chất lượng, khách hàng thông minh sẽ có sự so sánh thông minh.

俗話說得好，一分錢一分貨。商品的價錢總是與價值相當，聰明的顧客就會貨比三家。

Giải thích 語法說明

– Cấu trúc này dùng để nhắc nhở người khác chú ý đến một điều gì đó thường được đề cập trong cuộc sống, hay những câu nói, ý nghĩa của từ ngữ.

– 「như đã nói」（俗話說得好），用於提醒別人注意在生活中常被提到的某件事，或者某俗語、詞語的意義。

Ví dụ:

- **Như** nhà văn người Pháp – Victor Hugo **đã nói**: "Hành động làm nên ta, hoặc làm hỏng ta, chúng ta là kết quả hành vi của bản thân". Do đó mỗi người hãy cẩn trọng, suy nghĩ thật kỹ trước khi hành động.
- **Như đã nói** từ đầu, mục tiêu của người viết chỉ là muốn giới thiệu đến bạn đọc những nét khái quát về internet kết nối vạn vật.
- **Như đã nói** ở những nhận xét trước đây, người dân Đài Loan rất ______________________________

  ____
- ______________________________

  ____

2) không cần ..., chỉ cần ... 「不用……只要……（就夠了）」

◉ Trong văn hóa Việt, cha mẹ khi về già không cần con cháu phụng dưỡng với cao lương mĩ vị, chỉ cần thấy con cháu sống vui vẻ, hạnh phúc, biết kính trên nhường dưới là đủ.

在越南文化中，父母年老時不用子孫以山珍海味侍奉，只要看到子孫生活得快樂、幸福、知道尊敬長輩、禮讓弟妹就足夠了。

Giải thích
語法說明

– Cấu trúc này có thể dùng để khuyên người khác. Nó được dùng để nói với người khác không nhất thiết phải cần A, có thể thay bằng B. Nhưng phải cẩn thận khi dùng, vì nếu dùng giọng điệu quá mạnh mẽ, cấu trúc này sẽ trở nên không lịch sự.

– 「không cần ..., chỉ cần ...」（不用……只要……（就夠了））此句型可用於勸告或建議他人。用來告訴別人不一定要 A，可用 B 代替。但使用時需小心，因若使用過於強烈的語氣，將會成為不禮貌的表現。

Ví dụ:

- Để con sớm trưởng thành, bố mẹ **không cần** giúp con làm tất cả mọi việc, **chỉ cần** hướng dẫn con cách làm.
- Cô giáo nói với chúng tôi rằng **không cần** biết kết quả thi sẽ như thế nào, **chỉ cần** các em đã cố gắng hết sức là được.
- Tôi biết một cách giảm cân **không cần** ____________________

  ____
- ____________________

  ____
- ____________________

  ____

3) bằng cách này 「藉此 / 這樣 / 如此一來」

◉ Học ngoại ngữ qua các bài hát rất hiệu quả, bởi bằng cách này người học có thể nâng cao vốn từ vựng và ôn lại nhiều lần mà không nhàm chán.

透過歌曲來學習外語很有效果，藉此學習者可以提升詞彙量並多次複習，但卻不會枯燥乏味。

Giải thích
語法說明

– Cấu trúc này được sử dụng trước một động từ hoặc mệnh đề, nó chỉ ra rằng làm một việc gì đó theo một cách nhất định có thể thu được một kết quả nhất định.

– 「bằng cách này」（藉此 / 這樣 / 如此一來）本句型用於動詞或子句前方，表示用某個方法做事，能有某個結果。

Ví dụ:

- Thầy cô giáo thường yêu cầu bố mẹ để học sinh tiểu học tự sắp xếp cặp sách và đồ dùng học tập, bởi **bằng cách này** sẽ giúp các em có khả năng tự lập sớm và biết quản lý đồ dùng cá nhân.
- Đừng "bỏ tất cả trứng vào một giỏ", **bằng cách này** chúng ta sẽ giảm được phần nào rủi ro khi đầu tư.
- Chúng ta hãy sống cho hiện tại và không ngừng nỗ lực phấn đấu. **Bằng cách này**, ______________________________

  ____
- ______________________________

  ____
- ______________________________

  ____
- ______________________________

  ____

4) không + N + không ... 「沒有……不 / 沒有……」

◉ Sau khi nhận được thông báo về cơn bão lớn, không ai trên con tàu không lo lắng và sợ hãi.

收到暴風雨的通知後，船上沒有人是不擔心害怕的。

Giải thích 語法說明

– Mẫu câu này có nghĩa là tất cả mọi người, mọi thứ đều có chung một đặc điểm. Mệnh đề hay câu nói phía sau thường là một cảm giác hoặc tình huống đặc biệt.

– 「không + N + không ...」（沒有……不 / 沒有……）本句型意為所有的人和事物都有共同的某特點。後方的子句或是敘述通常為一種特別的感受或情況。

Ví dụ:

- Các chuyên gia kinh tế khẳng định rằng **không** phương án đầu tư nào **không** có rủi ro.
- Dịch Covid tác động nghiêm trọng đến hoạt động thương mại quốc tế, **không** quốc gia nào **không** bị ảnh hưởng.
- Con người **không** ai **không** có khuyết điểm vì vậy ______________________________
- Trên thế giới, **không** quốc gia nào **không** ______________________________
- ______________________________
- ______________________________
- ______________________________

Luyện Nói 口語練習

Hãy dùng ngữ pháp đã học "như đã nói" hoặc "không ... không ..." để hoàn thành đoạn hội thoại.

Ví dụ:

Nam: Lớp trưởng giỏi quá! Bạn có thể chia sẻ kinh nghiệm học tập với mình được không?

Hoa: Mình không có kinh nghiệm đặc biệt gì, nhưng **như đã nói** bởi người xưa: "Luyện mãi thành tài, miệt mài tất giỏi".

1) *Hải:* Anh đang cần tiền để mở rộng đầu tư ở Bắc Giang. Chắc phải vay thêm tiền ngân hàng em ạ.

Mai: ____________________

____

2) *Hà:* Bạn nghĩ thế nào về việc dùng vốn viện trợ nước ngoài để đầu tư vào hệ thống giao thông ở Việt Nam?

Hòa: ____________________

____

3) *Nam:* Khoảng cách giàu nghèo của người dân tại các đô thị lớn càng ngày càng tăng.

Hạ: ____________________

____

4) *Lan:* "Mười quan tiền công không bằng một đồng tiền thưởng", không biết năm nay tình hình thưởng tết của công ty chúng ta như thế nào!

Hoa: ____________________

____

5) *Hải:* Bộ phim lịch sử "Hà Nội 12 ngày đêm" mà bạn giới thiệu cho mình rất hay và cảm động!

Hoa: ____

____

6) *Mai:* Mình không nên nói với người khác về bí mật của bạn. Mình đã sai. Mình thực sự xin lỗi!

Hà: ____

____

7) *Nam:* Khi đội tuyển Việt Nam thắng Thái Lan trong trận đấu quyết định, tất cả các cầu thủ đã khóc và nhảy lên phấn khích.

Hải: ____

____

Luyện Viết 寫作練習

1. Sử dụng cấu trúc "không cần ... chỉ cần ..." để viết lại câu, có thể loại bỏ một số từ.

1) Anh chỉ cần được thấy em cười vui, hạnh phúc dù anh có phải rời xa em.

→ Anh **không cần** bên em **chỉ cần** được thấy em cười vui, hạnh phúc.

2) Để tiết kiệm thời gian và chi phí, trong tương lai, chúng ta có thể tham gia các khóa học trực tuyến từ các trường đại học hàng đầu thế giới mà không cần đi du học.

____

____

____

3) Bạn chỉ là làm quá sức nên không cần nằm viện, nghỉ ngơi vài ngày là sẽ khoẻ lại.

____

____

____

4) Liên quan đến cuộc hẹn ngày mai, tôi sẽ tự đi đến trường bằng taxi, bạn chỉ cần cho tôi địa chỉ văn phòng của bạn. Cảm ơn và hẹn gặp lại.

____

____

____

2. Dùng cấu trúc "bằng cách này" và các từ cho sẵn để viết thành câu hoàn chỉnh.

1) Cuộc sống của người hiện đại thường xuyên bận rộn / trong thời gian rảnh rỗi / hy vọng dùng các hoạt động giải trí / có thể khôi phục tinh thần và sức mạnh thể chất.

____

____

____

2) Học 10 từ mới mỗi ngày / đặt câu với chúng / sẽ không quá khó khăn / không làm ảnh hưởng lớn đến thời gian khác của bạn / để sử dụng tiếng Việt sau 6 tháng.

____

____

____

3) Chuyển tiền quốc tế bằng mật mã MoneyGram rất nhanh gọn / chi phí chuyển tiền sẽ cao hơn / chuyển tiền vào tài khoản ngân hàng.

____

____

____

Luyện Nghe 聽力練習 ▸MP3-6.4

Nghe nội dung và đánh dấu vào những thông tin đúng.

1) (　　) Theo nội dung nghe, số lượng xe ô tô của Uber:
A. Chiếm khoảng 30% số lượng xe taxi tại Việt Nam
B. Uber không sở hữu một chiếc xe nào
C. Họ có sở hữu rất nhiều xe
D. Không có đáp án đúng

2) (　　) Thứ gì đang trở thành vật bất ly thân của con người:
A. Máy tính xách tay
B. Thẻ ngân hàng
C. Điện thoại di động
D. Gồm cả A/B/C

3) (　　) Thế giới sẽ thay đổi thế nào trong tương lai:
A. Chỉ cần quét võng mạc có thể biết hết bệnh của một người
B. Thanh toán không dùng tiền mặt sẽ trở nên phổ biến
C. Thế giới sẽ sớm có xe không người lái sử dụng năng lượng mặt trời
D. Gồm cả A/B/C

4) (　　) Sự phát triển của người máy và trí tuệ nhân tạo sẽ ảnh hưởng trực tiếp đến những ngành nghề nào:
A. Ngành dịch vụ du lịch
B. Dịch vụ tài chính và nhân viên ngân hàng
C. Phục vụ, dịch vụ tài chính công và nhân viên ngân hàng
D. Phục vụ, dịch vụ tài chính và nhân viên ngân hàng

Bài Tập Về Nhà 作業

1. Đặt câu với những từ và ngữ pháp cho sẵn.

1) biến động: ______

2) truyền thông: ______

3) linh hoạt: ______

4) cuộc cách mạng: ______

5) tiềm năng: ______

6) kết nối: ______

7) truy cập: ______

8) như đã nói: ______

9) không cần ... chỉ cần: ______

10) bằng cách này: ______________________________

____

11) không + N + không: ______________________________

____

2. Đánh máy

1) Viết một bài luận về ứng dụng của vạn vật kết nối mà em biết.

2) Người Việt có câu "Luyện mãi thành tài, miệt mài tất giỏi". Bạn hiểu thế nào về câu nói này?

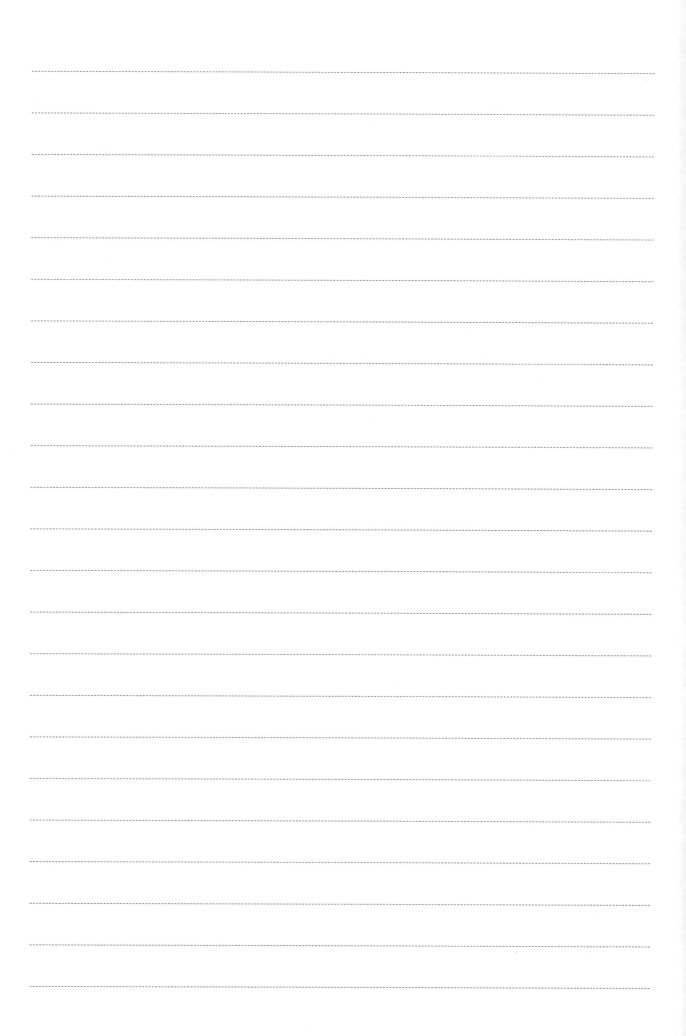

Bài 7
Hậu Cần
物流

Vận tải hàng hóa đúng hạn là chìa khóa thành công của hoạt động hậu cần

Ý Kiến Cá Nhân 個人意見

1. Theo bạn hoạt động hậu cần là gì?

2. Hãy chỉ ra một vài ảnh hưởng của hoạt động hậu cần đến cuộc sống của chúng ta và nền kinh tế?

3. Logistics và quá trình phân phối có quan hệ với nhau như thế nào?

Bài Đọc 課文

▶MP3-7.1

Hậu cần là một ngành dịch vụ quan trọng trong xã hội hiện đại, ảnh hưởng đến không chỉ doanh nghiệp mà còn cả cuộc sống của người dân. Hậu cần kết nối người sản xuất, người bán hàng và người tiêu dùng, giúp hoạt động thương mại diễn ra suôn sẻ. Tuy chỉ mang vai trò phụ trợ, nhưng hậu cần thực tế là một tồn tại không thể thiếu được. Trong kỷ nguyên hội nhập, ngành dịch vụ hậu cần phát triển tốt sẽ góp phần nâng cao năng lực cạnh tranh của một quốc gia. Đối với Việt Nam, Chính phủ rất chú trọng phát triển lĩnh vực hậu cần (logistics) và ngành này đã trở thành một nghề được giới trẻ đặc biệt quan tâm hiện nay. Bài viết này sẽ bàn về cơ hội và thách thức của ngành logistics, cũng như **làm thế nào** để thúc đẩy sự phát triển của dịch vụ mũi nhọn này.

Logistics được hiểu là việc cung cấp, lên kế hoạch, quản trị các phương tiện, quản trị nhân lực từ giai đoạn tiền sản xuất cho đến khi hàng hóa đến tay người tiêu dùng. Logistics bao gồm các hoạt động như: vận tải, kho bãi, đơn hàng, giao nhận, dịch vụ khách hàng... Vì là một bộ phận cấu thành chuỗi cung ứng nên mục tiêu của logistics là giảm chi phí vận chuyển, tăng chất lượng dịch vụ và đảm bảo vật tư, hàng hóa cho hoạt động sản xuất kinh doanh. Có thể nói logistics phát triển tốt sẽ giúp giảm chi phí, tăng lợi nhuận cho quá trình sản xuất, quá trình xuất nhập khẩu và dịch vụ thương mại.

Thị trường logistics Việt Nam hiện nay được đánh giá có nhiều tiềm năng và đầy hấp dẫn. Theo xếp hạng của Ngân hàng Thế giới, Việt Nam xếp thứ tư trong khu vực ASEAN về mức độ phát triển logistics sau Singapore, Malaysia và Thái Lan. Việt Nam hiện có khoảng 1.300 doanh nghiệp logistics, trong đó doanh nghiệp nước ngoài chiếm 80%. Dự báo, đến hết năm 2020, dịch vụ logistics sẽ trở thành ngành kinh tế quan trọng, có thể đóng góp tới 15% GDP của cả nước. Phạm Trung Hải (2019) đã phân tích các cơ hội thúc đẩy ngành dịch vụ logistics tại Việt Nam. Cụ thể, "hệ thống giao thông đường bộ, cảng biển, cảng hàng không, kho bãi, hạ tầng thương mại và các trung tâm logistics đang không ngừng được mở rộng về quy mô. Các thủ tục, thời gian thông quan đối với hàng xuất khẩu cũng được cải thiện đáng kể". Đặc biệt, ngày 06/07/2018, Thủ tướng Chính phủ ký ban hành hệ thống ngành kinh tế Việt Nam và công nhận logistics là một ngành kinh tế (Mã 52292 - logistics). Sau đó các quy định pháp luật cho ngành kinh tế mũi nhọn này đã nhanh chóng hoàn thiện. Chính phủ còn cam kết kiến tạo môi trường thuận lợi để dịch vụ logistics Việt nâng cao năng lực cạnh tranh và phát triển.

Bên cạnh cơ hội, ngành logistics của Việt Nam hiện cũng gặp phải không ít thách thức và khó khăn. Thứ nhất, cơ sở hạ tầng giao thông chưa đủ để tạo thành hành lang vận tải đa phương thức, phục vụ nhu cầu trung chuyển chất lượng cao. Thứ hai, nguồn nhân lực trong nước cho lĩnh vực logistics còn thiếu về số lượng và các chuyên gia giỏi để đáp ứng cho nhu cầu thực tế. Thứ nữa là các doanh nghiệp logistics Việt còn hạn chế về nguồn vốn nên quy mô hoạt động chưa đủ mạnh, ít kinh nghiệm quốc tế để cạnh tranh trong quá trình hội nhập.

Để đối phó với những thách thức trên, trong thời gian tới Chính phủ cần có những chiến lược dài hạn như: Một là, tích cực hoàn thiện cơ sở hạ tầng logistics, đảm bảo tính đồng bộ của hạ tầng giao thông và dịch vụ vận tải. Hai là, ưu tiên ngân sách hỗ trợ nghiên cứu, ứng dụng công nghệ và tiến bộ kỹ thuật trong dịch vụ logistics. Ba là, rà soát các quy định nhằm đảm bảo tính đồng bộ về chính sách và pháp luật. Bốn là, có chiến lược đào tạo nguồn nhân lực logistics chất lượng cao, được trang bị đầy đủ kiến thức chuyên môn, am hiểu luật pháp trong nước và quốc tế. Về phía doanh nghiệp, **không** có những giải pháp chung, **nếu có chỉ là** cần chú trọng triển khai hoạt động logistics trên nền tảng công nghệ tiên tiến. Hy vọng những giải pháp đã nêu sẽ giúp nâng cao hiệu quả hoạt động của các doanh nghiệp logistics Việt, góp phần thực hiện mục tiêu đưa Việt Nam trở thành một đầu mối logistics lớn trong khu vực.

Tài liệu tham khảo:

1. Phạm Trung Hải (2019). Phát triển ngành dịch vụ logistics tại Việt Nam. *Tạp chí tài chính*
2. FMS (2018). Hoạt động Logistics và quản lý chuỗi cung ứng là gì ? https://phanmemlogistics.net/hoat-dong-logistics-va-quan-ly-chuoi-cung-ung-la-gi/

Từ Mới 生詞

▶MP3-7.2

1	kỷ nguyên	時代	13	hạ tầng	基礎設施
2	mũi nhọn	尖端；重點；突出的	14	thời gian thông quan	清關時間；通關時間
3	giới trẻ	年輕人	15	hoàn thiện	完善；改善
4	quản trị	管理（監督管理）	16	cam kết	承諾
5	vận tải	運輸；運送	17	kiến tạo	建；營造；打造
6	kho bãi	倉儲；倉庫	18	hành lang	走廊；管道
7	đơn hàng	訂單	19	phương thức	方法
8	dịch vụ khách hàng	顧客服務	20	trung chuyển	轉運；轉口
9	chuỗi cung ứng	供應鏈	21	chiến lược	策略
10	vật tư	耗材	22	ngân sách	預算
11	hấp dẫn	吸引人的；令人著迷的	23	rà soát	檢查；校正；修正
12	cảng biển	海港	24	trang bị	裝備；配備

Đọc Hiểu 閱讀理解

1. Dựa vào bài đọc, trả lời các câu hỏi dưới đây.

1) Ngành hậu cần đóng vai trò gì trong nền kinh tế?

____

____

2) Theo bài viết, logistics được hiểu là gì?

____

____

3) Dịch vụ logistics bao gồm những hoạt động nào?

____

____

4) Vị trí của thị trường logistics Việt Nam trong khu vực ASEAN?

____

____

5) Thủ tục và thời gian thông quan đối với hàng xuất khẩu được đánh giá như thế nào?

____

____

6) Chính phủ đã cam kết gì để giúp ngành logistics Việt phát triển?

____

____

7) Đánh giá về nguồn nhân lực trong nước phục vụ cho ngành logistics hiện nay?

____

____

2. Chọn Đúng (Đ) hay Sai (S) theo nội dung của bài đọc.

1) (   ) Ngành hậu cần phát triển sẽ nâng cao năng lực cạnh tranh của quốc gia.
2) (   ) Ngành hậu cần Việt đang ít được giới trẻ quan tâm.
3) (   ) Logistics bao gồm các hoạt động như: vận tải, kho bãi, giao nhận, dịch vụ khách hàng.
4) (   ) Thị trường logistics của Việt Nam ít tiềm năng và không có sức hấp dẫn.
5) (   ) Tại thị trường Việt Nam, doanh nghiệp logistics chủ yếu là các doanh nghiệp trong nước.
6) (   ) Hệ thống giao thông đường bộ, cảng biển, cảng hàng không của Việt Nam đang không ngừng được mở rộng.
7) (   ) Logistics tuy đã phát triển nhưng vẫn chưa có tên trên hệ thống các ngành kinh tế của Việt Nam.
8) (   ) Chính phủ có nhiều ưu đãi về vốn vay nên quy mô của các doanh nghiệp logistics Việt rất lớn mạnh.

3. Chọn câu có ý phù hợp nhất cho mỗi đoạn văn.

1) (   ) Logistics hoạt động với mục tiêu giảm chi phí vận chuyển, tăng chất lượng dịch vụ và đảm bảo vật tư cho quá trình sản xuất kinh doanh.
2) (   ) Hậu cần là một ngành dịch vụ quan trọng đóng vai trò kết nối, hỗ trợ và thúc đẩy nền kinh tế.
3) (   ) Việt Nam có nhiều cơ hội để phát triển dịch vụ logistics thành một ngành kinh tế quan trọng.

4) ( ) Chính phủ Việt Nam đã và đang có những chiến lược dài hạn để thực hiện mục tiêu đưa Việt Nam trở thành một đầu mối logistics lớn trong khu vực.

5) ( ) Sự phát triển của ngành logistics Việt Nam đang gặp phải không ít khó khăn và thách thức.

4. Chọn đáp án đúng nhất theo nội dung bài đọc.

1) ( ) Logistics được hiểu là việc ______________ từ giai đoạn tiền sản xuất đến khi hàng hóa đến tay người tiêu dùng
A. Cung cấp, lên kế hoạch
B. Quản trị các phương tiện
C. Quản trị nhân lực
D. Gồm tất cả các đáp án trên

2) ( ) Thị trường logistics Việt Nam:
A. Xếp thứ tư về mức độ phát triển logistics trong khu vực ASEAN
B. Có khoảng 1.300 doanh nghiệp
C. 80% là doanh nghiệp logistics nước ngoài
D. Cả A/B/C đúng

3) ( ) Các quy định pháp luật cho ngành logistics:
A. Đang được sửa đổi
B. Đã nhanh chóng được hoàn thiện
C. Bắt đầu được xây dựng
D. Cả A/B/C đúng

4) ( ) Quy mô hoạt động của doanh nghiệp logistics Việt chưa đủ lớn mạnh do:
A. Hạn chế về nguồn vốn
B. Ít kinh nghiệm trong cạnh tranh quốc tế
C. Hệ thống giao thông chưa đồng bộ
D. Cả A/B/C đúng

Luyện Tập Từ Vựng 詞彙練習

1. Theo nội dung bài đọc, tìm từ phù hợp với định nghĩa cho sẵn ở bên dưới.

mũi nhọn	thông quan	kho bãi
vật tư	rà soát	tiến bộ
kiến tạo	trung chuyển	đầu mối

1) ______________: Phần, bộ phận quan trọng nhất.
2) ______________: Nơi chứa tạm thời trước khi chuyển tiếp đi nơi khác.
3) ______________: Xem, kiểm tra kỹ lại sau khi hoàn thành.
4) ______________: Nơi toả ra các hướng, chi phối các nơi khác.
5) ______________: Phù hợp với xu hướng thời đại
6) ______________: Nơi chứa và bảo quản hàng hoá
7) ______________: Xây dựng nên (các mối quan hệ, cơ sở hạ tầng, tương lai ...)
8) ______________: Tên chung của các nguyên vật liệu dùng cho sản xuất hay xây dựng.
9) ______________: Là việc qua lại của hàng hóa giữa trong và ngoài nước (thường dùng trong xuất nhập khẩu).

2. Chọn từ cho sẵn trong bảng ở phần 1 để hoàn thành các câu sau.

1) Hồ sơ hải quan để ______________ cần có giấy tờ liên quan đến xuất xứ của hàng hóa.
2) Công nghiệp nhẹ và du lịch là hai ngành kinh tế ______________ của Việt Nam.
3) Dịch vụ ______________ của công ty Tân Trúc logistics được chứng nhận đạt tiêu chuẩn quốc tế.
4) Giám đốc bệnh viện Bạch Mai đã ký quyết định bổ sung ______________ y tế cho phòng cấp cứu.
5) Cảng Hải Phòng là một trong những trạm ______________ hàng hóa lớn tại khu vực Đông Nam Á.

6) Thiên nhiên đã ____________ ra dãy núi Himalaya hùng vĩ, với đỉnh Everest cao nhất thế giới.

7) Bộ Kế hoạch và Đầu tư đang ____________ lại các dự án có vốn đầu tư nước ngoài tại Việt Nam.

8) Bằng sự chuyên nghiệp, cảnh sát đã điều tra ra ____________ của vụ án.

3. Sử dụng các từ cho sẵn điền vào chỗ trống.

1) Kho hàng / hàng tồn kho

- ____________ là nơi cất giữ nguyên vật liệu, bán thành phẩm, thành phẩm của doanh nghiệp; còn ____________ là những nguyên vật liệu, thành phẩm, hàng hóa được dự trữ của quá trình sản xuất kinh doanh.
- Vai trò của quản lý ____________ là nhằm đảm bảo đủ, kịp thời, nguyên vật liệu và hàng chất lượng phục vụ cho hoạt động sản xuất kinh doanh.
- ____________ là một yếu tố không thể thiếu của dịch vụ logistics cũng như trong chuỗi cung ứng.

2) Điều phối / phân phối

- ____________ là việc điều động và phân phối, sắp xếp để công việc được tiến hành thuận lợi, còn ____________ là việc chia cho từng người, từng bộ phận theo những nguyên tắc nhất định.
- Theo ông Jordan D. Ryan, ____________ viên Liên Hợp Quốc, "Việt Nam là một đất nước với những người dân luôn mỉm cười, phấn đấu cho hoà bình, cho sự phát triển của đất nước".
- Cô ấy đang tìm đại lý, nhà ____________ cho các sản phẩm làm đẹp của công ty tại Việt Nam.

3) Vận dụng / vận chuyển

- ____________ là mang, chuyển người, vật đến nơi khác; còn ____________ là mang trí thức và lý luận dùng vào thực tiễn.
- Công ty Nhất Tín cung cấp các dịch vụ ____________ hàng hóa nội địa uy tín, với mức giá hợp lý nhất tại Hà Nội.

- Nghiên cứu khoa học giúp sinh viên ____________ những kiến thức và lý thuyết đã học vào thực tiễn.

4) **Chuỗi cung ứng / hậu cần**

- ____________ là vòng tròn bao gồm các hoạt động: lưu trữ hàng hóa, bao bì, đóng gói, kho bãi, luân chuyển hàng hóa nhằm đảm bảo cho quá trình sản xuất kinh doanh.
- ____________ là một mạng lưới bao gồm tất cả các hoạt động, quy trình logistics để phân phối hiệu quả sản phẩm hoặc dịch vụ đến tay người tiêu dùng cuối cùng.
- ____________ là một phần quan trọng, không thể thiếu trong ____________.

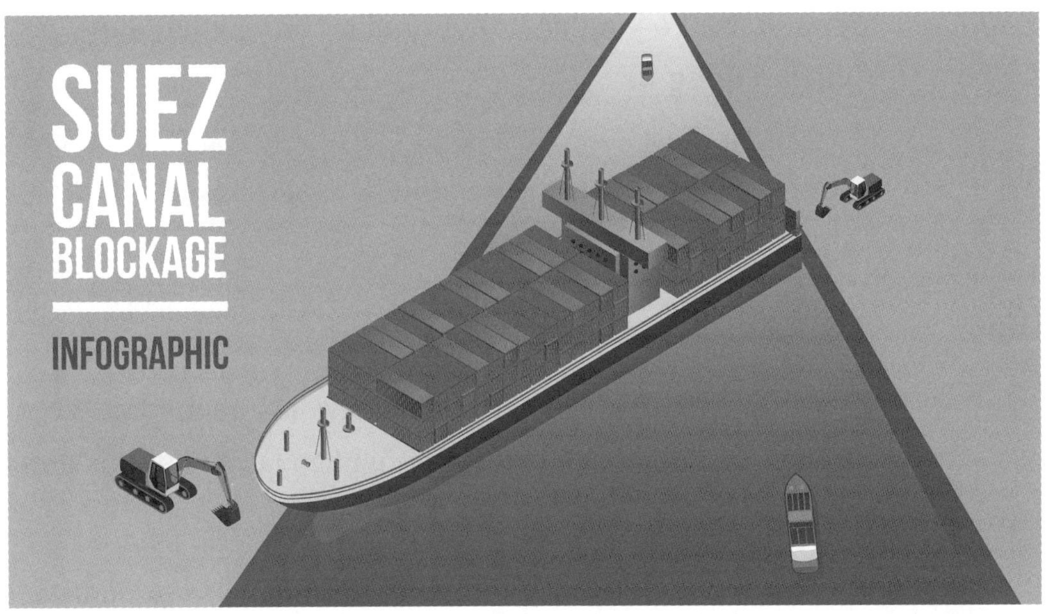

Tàu container mắc kẹt ở kênh đào Suez làm ảnh hưởng hoạt động thương mại toàn cầu

Ngữ Pháp 語法筆記

▸MP3-7.3

1) làm thế nào 「如何」

◉ Dù hệ thống y tế phát triển nhưng chúng ta ai rồi cũng sẽ già đi. Vậy làm thế nào để sống khỏe mạnh và hạn chế bệnh tật khi về già?

即使醫療進步，但我們都會衰老。那麼在年老時，該如何健康地生活並抑制疾病發生呢？

Giải thích
語法說明

– "làm thế nào" là một từ nghi vấn, thường được đặt trước một động từ. Nó có ý nghĩa tương tự như "**bằng cách nào**" hay "**cách + động từ**".

– 「làm thế nào」（如何）是疑問詞，常放在動詞前。相似的用法如「bằng cách nào」（用什麼方式）或是「cách + 動詞」（……的方法）。

Ví dụ:

- Hội nhập quốc tế là một tất yếu khách quan, nhưng **làm thế nào** để Việt Nam đón được cơ hội từ hội nhập là câu hỏi cần sớm được trả lời.
- Hầu hết các nước đều đặt việc tiết kiệm năng lượng lên hàng đầu. Vậy chúng ta **làm thế nào** để tiết kiệm năng lượng?
- Thời gian là tiền bạc, do đó chúng ta cần tìm cách **làm thế nào** ________
- ________
- ________

2) để đối phó với 「為了因應」

◉ Để đối phó với cơn bão mạnh này, chính quyền Đài Bắc đã quyết định cho người dân nghỉ học và nghỉ làm vào ngày mai.

為了因應這次的強颱，臺北市政府決定讓市民明天停班停課。

Giải thích 語法說明

– "để đối phó với" là một giới từ, theo sau thường là một vấn đề, hoặc một tình huống cần phải đối mặt và cải thiện. Xin lưu ý rằng ngữ pháp này chủ yếu được sử dụng để giải thích phương pháp giải quyết vấn đề, vì vậy vế sau là một mệnh đề để chỉ giải pháp.

– 「để đối phó với」（為了因應）為介詞，其後方通常為某個需要去面對或改善的問題或情況。請注意，本文法主要用於解釋解決問題的方法，因此後方為指出解決方法的子句。

Ví dụ:

- **Để đối phó với** vấn đề già hóa dân số thì phát triển hệ thống chăm sóc y tế, xây dựng chính sách phúc lợi và nâng cao chất lượng cuộc sống của người cao tuổi là những vấn đề cần được chú ý.
- **Để đối phó với** ảnh hưởng từ khủng hoảng kinh tế thế giới, nhiều doanh nghiệp đã quyết định thu hẹp quy mô sản xuất bằng cách cắt giảm nhân sự.
- Dịch viêm phổi bùng phát nhanh chóng trên toàn thế giới. **Để đối phó với** bệnh dịch, ______________________

  ____
- ______________________

  ____
- ______________________

  ____

3) không ..., nếu có chỉ là ... 「沒有……，有的只是……」

◉ Một số người không có nhiều tiền để ủng hộ về vật chất, nếu có chỉ là tấm lòng và công sức đi làm từ thiện để giúp những người gặp khó khăn.

有些人沒有錢能給予物質上的支援，他們有的只是真心與力氣，去當志工來幫助遭遇困難的人。

Giải thích
語法說明

– Ngữ pháp này được sử dụng để mô tả một tình huống xứng đáng. Người nói nghĩ rằng một trong 2 tình huống A hoặc B là quan trọng hơn. Nếu B quan trọng hơn thì không có vấn đề gì nếu không có A.

– 「không ..., nếu có chỉ là ...」（沒有……，有的只是……）用於描述一種正當、符合的情況。表示說話者認為在 A 與 B 兩個情況中，其中一個較為重要。若 B 較為重要，則沒有 A 也沒關係。

Ví dụ:

- Tết tại nước ngoài của các du học sinh **không** có hoa đào hoa mai, **nếu có chỉ là** bánh chưng và một vài món ăn truyền thống, bạn bè quây quần. Tuy đơn giản nhưng vậy là đủ cho một cái tết trọn vẹn.

- Sinh viên vừa tốt nghiệp thường **không** có nhiều kinh nghiệm làm việc, **nếu có chỉ là** kiến thức mới, lòng nhiệt huyết, năng động và tinh thần tươi trẻ.

- Người dân quê tôi thưởng trà **không** có những bộ ấm chén sang trọng cầu kỳ, **nếu có chỉ là** ______________________

____

- ____

____

4) tiền tố "đầu – " 「前綴詞：đầu ...」

◉ Tiền tố "đầu" trong tiếng Việt có các từ như: đầu tư, đầu vào, đầu ra, đầu bảng, đầu não, đầu tiên, đầu năm, đầu tàu, đầu bạc, đầu bếp, ...

前綴詞「đầu」在越南語中有很多搭配詞，如下面語法說明。

Giải thích 語法說明 –

đầu tư	投資	đầu tiên	首先
đầu vào	輸入；產入	đầu năm	年初
đầu ra	輸出；產出	đầu tàu	火車頭
đầu bảng	榜首；最高	đầu bạc	白頭（白髮蒼蒼）
đầu não	首腦；總部	đầu bếp	廚師

Ví dụ:

- Để có sức khỏe, **đầu tiên** chúng ta cần ăn uống khoa học và **đầu tư** thời gian tập thể dục.
- Với vai trò là cơ quan **đầu não**, ngân hàng nhà nước Việt Nam những năm qua đã thực hiện tốt chức năng quản lý nhà nước về tiền tệ và ngoại hối.
- Mỳ Quảng và nem lụi là những món ngon **đầu bảng** mà bạn nhất định phải thử khi đến Đà Nẵng.
- ________________________
- ________________________
- ________________________

Luyện Nói 口語練習

Hãy dùng ngữ pháp đã học "làm thế nào" để hoàn thành đoạn hội thoại.

1) *Nam:* Mình đang viết một quyển sách hướng dẫn sinh viên cách nâng cao kỹ năng giao tiếp trong tiếng Việt. Bạn nghĩ tiêu đề của cuốn sách này có thể là gì?

Hoa: ____________________

____

2) *Văn:* Một chuyên gia công nghệ sẽ đến khoa để phát biểu về những thách thức từ cuộc cách mạng 4.0. Bạn nghĩ chủ đề của bài phát biểu có thể đặt là gì?

Hàn: ____________________

____

3) *Tuấn:* Chúng ta sẽ tổ chức một buổi tọa đàm về vấn đề giảm khoảng cách giàu nghèo trong xã hội. Theo bạn, chúng ta có thể đặt tên cho buổi tọa đàm này là gì?

Tài: ____________________

____

Luyện Viết 寫作練習

1. Sử dụng cấu trúc "để đối phó với" để trả lời các câu hỏi sau.

1) Thưa ông, ủy ban Châu Âu đã có những chính sách gì để đối phó với tình hình khủng hoảng nợ công tại đây?

____

____

____

2) Thưa bác sĩ, dịch cúm A gần đây đang có xu hướng lan rộng, chúng ta nên làm gì để phòng bệnh ạ?

____

____

____

3) Thưa Bộ trưởng, theo ông chúng ta cần làm gì trước nguy cơ diện tích đất nhiễm mặn tăng ở đồng bằng sông Cửu Long?

____

____

____

2. Dùng cấu trúc "không ..., nếu có chỉ là ..." và các từ cho sẵn để viết thành câu hoàn chỉnh.

1) Miền Nam Việt Nam / có mùa đông / một số ngày thời tiết lạnh vào buổi sáng / với nhiệt độ khoảng 20 độ C.

____

____

____

2) Tuy hoa quả Đài Loan rất ngon / phong phú về chủng loại / có quả măng cụt / nhập khẩu từ Thái Lan.

____

____

____

3) Cô ấy nói / xem qua phim ảnh / biết cuộc sống tại Mỹ như thế nào.

____

____

____

Đơn hàng trực tuyến, vận chuyển toàn cầu dựa trên công nghệ 4.0

Luyện Nghe 聽力練習

▸MP3-7.4

Nghe nội dung và đánh dấu vào những thông tin đúng.

1) (　　) Ông Nguyễn Văn Thành là ai?
A. Chủ tịch Ủy ban nhân dân thành phố Hải Dương
B. Chủ tịch Ủy ban nhân dân thành phố Hải Phòng
C. Phó chủ tịch Ủy ban nhân dân thành phố Hải Phòng
D. Phó chủ tịch Ủy ban nhân dân thành phố Hải Dương

2) (　　) Cảng tại thành phố nào có lưu lượng thông quan lớn nhất Việt Nam:
A. Hải Dương
B. Hồ Chí Minh
C. Hải Phòng
D. Hà Nội

3) (　　) Hải Phòng có tổng cộng bao nhiêu phương thức vận tải?
A. 4　　B. 5　　C. 6　　D. 7

4) (　　) Những tiền đề để phát triển ngành logistics tại Hải Phòng:
A. Hệ thống vận tải đường biển thuận lợi
B. Hệ thống vận tải đường hàng không thuận lợi
C. Điều kiện địa lý tự nhiên
D. Cả A/B/C

5) (　　) Đánh giá mức tăng trưởng doanh thu dịch vụ logistics của Hải Phòng?
A. Tăng trưởng cao
B. Tăng trưởng thấp
C. Tăng trưởng chậm
D. Tăng trưởng đột phá

6) (　　) Dự án đầu tư cảng Lạch Huyện có:
A. Tổng chi phí đầu tư 6425 tỷ
B. Quy mô 47 ha
C. Do tập đoàn Hateco đầu tư
D. Cả A/B/C

Bài Tập Về Nhà 作業

1. Đặt câu với những từ và ngữ pháp cho sẵn.

1) vận tải: ______________________________

____

2) kho bãi: ______________________________

____

3) chuỗi cung ứng: ______________________________

____

4) cảng biển: ______________________________

____

5) hạ tầng: ______________________________

____

6) trung chuyển: ______________________________

____

7) bền vững: ______________________________

____

8) rà soát: ______________________________

____

9) làm thế nào: ______________________________

____

10) để đối phó với: ______________________________

____

11) không ..., nếu có chỉ là ...: ______________________________

____

2. **Đánh máy**

1) Viết một bài luận về ngành logistics và vai trò của ngành này tại Đài Loan (từ 500 đến 1000 từ).

2) Người Việt có câu "Chữ tín quý hơn vàng". Theo bạn câu nói này mang hàm ý gì? Hãy trình bày ý kiến cá nhân về chữ "tín" trong lĩnh vực logistics.

Cảng container và tàu tại trung tâm logistics ở Singapore

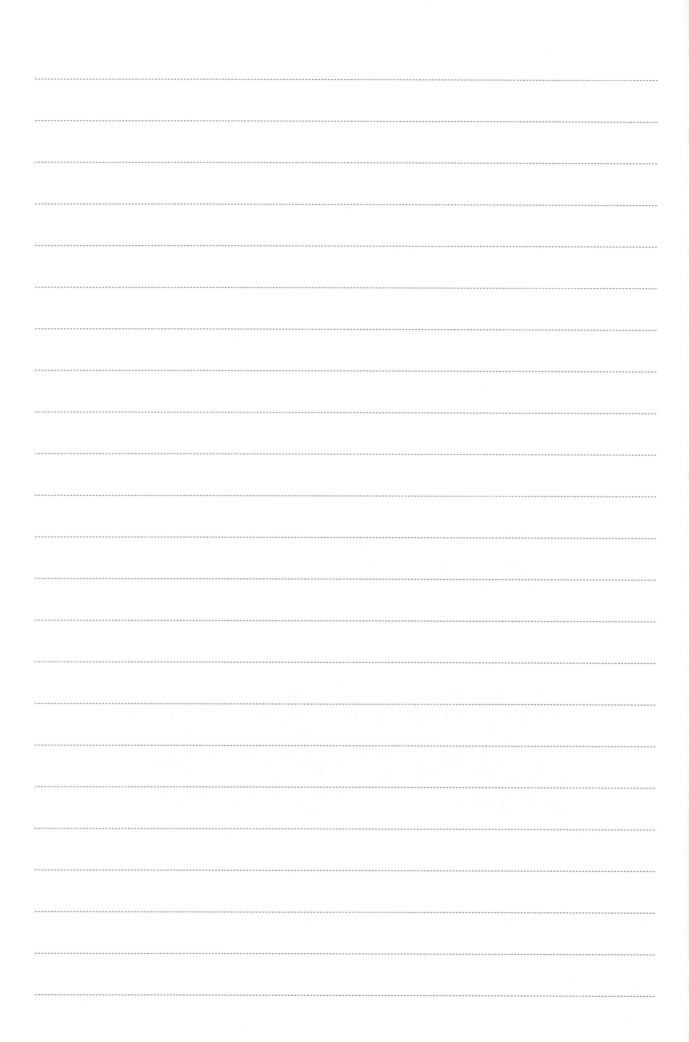

Bài 8
Văn hóa tổ chức
組織文化

Con người sử dụng Internet trong công việc và kết nối xã hội

Ý Kiến Cá Nhân 個人意見

1. Hãy kể tên một vài tổ chức mà bạn tham gia?

2. Lấy ví dụ về đặc điểm văn hóa trong một tổ chức mà bạn tham gia?

3. Theo bạn văn hóa tổ chức gồm những gì và ai là người tạo ra văn hóa trong một tổ chức?

4. Văn hóa có ảnh hưởng như thế nào đến hiệu quả hoạt động của tổ chức?

Bài Đọc 課文 ▶MP3-8.1

Để quản lý và điều hành một quốc gia thì ngoài sử dụng pháp luật, văn hóa cũng là một phương tiện vô cùng quan trọng. Các nhà quản trị học **chỉ ra rằng** việc quản lý một quốc gia nói chung hay tổ chức nói riêng đều có điểm tương đồng. Giống như Chính phủ, người đứng đầu các tổ chức rất chú trọng và coi văn hóa như một công cụ để quản lý. Văn hóa được hình thành cùng với sự ra đời của tổ chức và có vai trò quan trọng trong quá trình phát triển của nó. Vậy văn hóa tổ chức là gì, nó được hình thành và có vai trò như thế nào đối với tổ chức? Câu hỏi này sẽ được thảo luận trong phần tiếp theo của bài viết dưới đây.

Elliott Jaques (1952) đã định nghĩa "văn hóa tổ chức là những giá trị, niềm tin, cách nghĩ truyền thống và cách làm việc được chia sẻ bởi tất cả các thành viên trong tổ chức" [1]. Định nghĩa cho thấy văn hóa tổ chức không chỉ đơn thuần là văn hóa giao tiếp mà còn bao gồm các giá trị cốt lõi, phong cách quản lý, kinh doanh và quy tắc ứng xử của mọi thành viên trong tổ chức. Nếu coi cơ sở vật chất và trang thiết bị là cơ thể của tổ chức, thì văn hóa là linh hồn của tổ chức đó. Văn hóa là tài sản vô hình [2], tạo ra niềm tin cho các thành viên khi cùng nhau thực hiện nhiệm vụ và mục tiêu của tổ chức.

Vai trò quan trọng của văn hoá tổ chức là tạo nên sức mạnh từ bên trong tổ chức, cũng như bên trong mỗi thành viên. Khi một tổ chức có văn hóa lành mạnh và phù hợp với chiến lược dài hạn sẽ khích lệ được niềm tự hào của từng thành viên về tổ chức. Niềm tự hào đó giúp người lãnh đạo quản lý nhân sự dễ dàng hơn, giúp người lao động thoải mái, chủ động trong công việc, tự nguyện góp sức mình vì sự phát triển của tổ chức. Văn hóa cũng góp phần tạo ra lợi thế so sánh cho tổ chức.

Với danh nghĩa là một tổ chức kinh doanh, ở doanh nghiệp **thuật ngữ** văn hóa tổ chức **nghĩa là** những quy định về việc ứng xử và chia sẻ giá trị, niềm tin, những chuẩn mực giữa thành viên trong doanh nghiệp [3]. Khi xét về lợi thế cạnh tranh của một doanh nghiệp, người ta thường xét trên các khía cạnh như: nguồn nhân lực, nguồn tài chính, công nghệ, chất lượng sản phẩm và sự linh hoạt của doanh nghiệp. Con người sẽ dựa vào các nguồn lực khác như: máy móc, nguyên vật liệu và chuyển hoá chúng thành sản phẩm. Trong quá trình ấy văn hóa doanh nghiệp sẽ quyết định đến tinh thần, thái độ, động lực làm việc của nhân viên, đóng vai trò đặc biệt quan trọng trong việc tạo ra chất lượng sản phẩm, đảm bảo tiếp cận khách hàng nhanh, nâng cao hiệu quả trong hoạt động sản xuất kinh doanh.

Trong thời đại 4.0, nhiều người tin rằng các tổ chức có thể sao chép nhau nhiều thứ từ chiến lược kinh doanh, quy trình sản xuất, bí quyết đến công nghệ... nhưng không thể sao chép được văn hoá tổ chức. Mỗi tổ chức theo đuổi những giá trị khác nhau nên văn hóa của tổ chức luôn mang những nét riêng. Các tổ chức **chỉ cần** xây dựng được một nền văn hoá mạnh, thì **sẽ** thu hút được nhân tài, tăng cường sự gắn kết giữa các thành viên, tạo ra sự ổn định và phát triển bền vững cho tổ chức.

Tóm lại, từ quan hệ ứng xử giữa người với người đến văn hóa tổ chức và nền văn hóa dân tộc tuy có điểm chung nhưng vẫn có nét riêng biệt. Những nét riêng đặc trưng về văn hóa sẽ hình thành lợi thế cạnh tranh giữa các doanh nghiệp, các tổ chức, sâu sắc hơn là trên bình diện quốc gia. Trong khi văn hóa tổ chức ở Phương Tây được đánh giá là cởi mở và linh hoạt thì ở Phương Đông thường bảo thủ hơn. Tại Việt Nam, các công ty ngày càng chú trọng đến sự linh hoạt và sáng tạo trong công việc nên văn hóa nói chung không quá bảo thủ. Mỗi nền văn hóa có ưu điểm riêng, chúng ta nên tôn trọng và lựa chọn tổ chức có văn hóa phù hợp nhất với bản thân. Những người làm công tác quản lý cũng cần chú ý điều này để văn hóa doanh nghiệp, văn hóa tổ chức và văn hóa dân tộc phát triển ổn định và phù hợp.

Tài liệu tham khảo:

1. Jaques, E. (1952). The changing culture of a factory. The Dryden Press.
2. Đặng Thanh Dũng (2016). Văn hoá tổ chức và những yếu tố ảnh hưởng đến văn hoá tổ chức. Đại học Duy Tân
3. VNresource (2018). Tầm quan trọng của văn hoá doanh nghiệp với tổ chức và cá nhân.

Từ Mới 生詞

▸MP3-8.2

1	phương tiện	手段；工具	11	chuyển hóa	轉化
2	đứng đầu	排名第一；領導；為首	12	quy trình sản xuất	生產過程
3	định nghĩa	定義	13	bí quyết	祕訣；訣竅
4	cốt lõi	本質；核心	14	theo đuổi	追求；奉行
5	ứng xử	表現；應對；待人接物	15	tăng cường	增強；強化
6	phong cách	舉止；風格	16	đặc trưng	特徵；特點
7	niềm tin	信心；信任；信仰	17	lợi thế cạnh tranh	競爭優勢
8	thành viên	成員	18	sâu sắc	深刻的
9	lợi thế so sánh	比較優勢；相對優勢	19	bình diện	方面
10	văn hóa doanh nghiệp	企業文化	20	công tác quản lý	管理工作

Đọc Hiểu 閱讀理解

1. Dựa vào nội dung bài đọc, trả lời các câu hỏi dưới đây.

1) Phương tiện để quản lý một đất nước gồm những gì?

____

____

2) Văn hóa tổ chức bao gồm những yếu tố nào?

____

____

3) Trong bài viết, văn hóa tổ chức được ví là gì?

____

____

4) Văn hóa tổ chức có vai trò như thế nào?

____

____

5) Những yếu tố nào thường được xem xét khi đánh giá lợi thế cạnh tranh của một doanh nghiệp?

____

____

6) Văn hóa doanh nghiệp đóng vai trò quyết định đến điều gì?

____

____

2. Chọn Đúng (Đ) hay Sai (S) theo nội dung của bài đọc.

1) (   ) Việc quản trị một tổ chức và quản trị một quốc gia có nhiều nét tương đồng.

2) (   ) Văn hóa cũng là một công cụ để quản lý trong tổ chức.

3) (   ) Văn hóa là loại tài sản hữu hình quan trọng bậc nhất trong tổ chức.

4) (   ) Doanh nghiệp là loại hình tổ chức kinh doanh.

5) (   ) Văn hóa tạo ra sức mạnh bên trong tổ chức và bên trong mỗi cá nhân.

6) (   ) Văn hóa tổ chức chỉ đơn thuần là các quy tắc ứng xử và giao tiếp trong tổ chức.

7) (   ) Trong thời đại công nghệ 4.0, các tổ chức có thể sao chép mọi thứ từ nhau.

3. Chọn câu có ý phù hợp nhất cho mỗi đoạn văn.

1) (   ) Văn hóa tổ chức được hiểu là "các giá trị, niềm tin, cách nghĩ và cách làm việc trong một tổ chức".

2) (   ) Văn hóa tổ chức luôn mang những nét riêng, không thể sao chép được.

3) (   ) Văn hóa hình thành lợi thế cạnh tranh giữa các doanh nghiệp, tổ chức và quốc gia.

4) (   ) Pháp luật và văn hóa là hai phương tiện để quản lý và điều hành một đất nước.

5) (   ) Văn hóa quyết định đến động lực, thái độ và tinh thần làm việc của nhân viên trong doanh nghiệp.

6) (   ) Văn hóa tổ chức tạo nên sức mạnh từ bên trong tổ chức cũng như bên trong mỗi thành viên.

4. Chọn đáp án đúng nhất theo nội dung bài đọc.

1) (　　) Văn hóa tổ chức bao gồm các yếu tố nào:
A. Văn hóa giao tiếp trong tổ chức
B. Các giá trị cốt lõi và quy tắc ứng xử
C. Phong cách quản lý
D. Cả A/B/C

2) (　　) Cơ sở vật chất được ví như cơ thể của tổ chức còn văn hóa tổ chức được ví với gì:
A. Linh hồn của tổ chức
B. Đầu não của tổ chức
C. Tài sản hữu hình của tổ chức
D. Tất cả các đáp án trên

3) (　　) Khi xét về lợi thế cạnh tranh của một doanh nghiệp, người ta thường dựa trên điều gì?
A. Nguồn nhân lực và tài chính
B. Công nghệ
C. Sự linh hoạt của tổ chức
D. Cả A/B/C

4) (　　) Tổ chức chỉ cần xây dựng được một nền văn hóa mạnh thì sẽ:
A. Có được sự trung thành của nhân viên
B. Tạo ra sự ổn định và khả năng phát triển bền vững
C. Dễ tiếp cận khách hàng mục tiêu
D. Tất cả các đáp án trên

Luyện Tập Từ Vựng 詞彙練習

1. Theo nội dung bài đọc, tìm từ phù hợp với định nghĩa cho sẵn ở bên dưới.

phương tiện	giá trị	cốt lõi	ứng xử
linh hoạt	tự nguyện	bình diện	khích lệ

1) ____________: Cái quan trọng và chủ yếu nhất.

2) ____________: Căn cứ vào hoàn cảnh cụ thể để xử lý, ứng phó mau lẹ.

3) ____________: Thứ cần có để làm một việc hoặc đạt một mục đích nào đó.

4) ____________: Phương diện, khía cạnh của vấn đề hay sự việc.

5) ____________: Thứ làm cho một vật có lợi ích, đáng quý về mặt nào đó.

6) ____________: Khuyến khích cho ai đó hăng hái, cố gắng hơn.

7) ____________: Xuất phát từ ý muốn của bản thân.

8) ____________: Thái độ, lời nói và hành vi thích hợp khi tiếp xúc với người khác.

2. Chọn từ cho sẵn trong bảng ở phần 1 để hoàn thành các câu sau.

1) Cô ca sĩ này ____________ rất thông minh trước truyền thông để giải quyết scandal mà mình vướng phải.

2) Cùng với sự phát triển của công nghệ, điện thoại đã trở thành ____________ liên lạc phổ biến nhất hiện nay.

3) Nguồn nhân lực là giá trị ____________ để phát triển kinh tế của một đất nước.

4) Hưởng ứng phong trào: "đâu cần thanh niên có, đâu khó có thanh niên", nhiều sinh viên đã ____________ tham gia chương trình mùa hè xanh, đi đến các bản vùng sâu, vùng xa giúp đỡ hàng nghìn trẻ em nghèo nơi đây.

5) Đứng trên ____________ của nhà lãnh đạo, tôi có thể hiểu được quyết định của ông ấy.

6) Tôi luôn ____________ cô ấy hãy tự tin vào bản thân mình, dũng cảm theo đuổi ước mơ.

7) Hải sản là loại thực phẩm có ____________ dinh dưỡng rất cao. Do được nhiều người ưa thích nên hải sản được mua bán khắp nơi và thường xuyên xuất hiện trong bữa cơm của người Việt.

3. Sử dụng các từ cho sẵn để điền vào chỗ trống.

1) Bản sắc / nhan sắc

- ____________ là tính chất hay đặc thù riêng của các sự vật, sự việc; còn ____________ là để diễn tả vẻ đẹp của phụ nữ.
- Hoa hậu hoàn vũ H'Hen Niê đã làm vang danh Việt Nam tại cuộc thi ____________ đẳng cấp nhất thế giới khi lọt vào top 5 Miss Universe năm 2018.
- ____________ văn hóa là những nét đặc trưng, độc đáo giúp phân biệt văn hóa của đất nước này với đất nước khác.

2) Lợi thế / lợi ích

- Theo từ điển tiếng Việt, " ____________ là điều có ích, đáp ứng cho một nhu cầu nào đó"; còn ____________ là điều kiện của một người ở vị trí thuận lợi hoặc vượt trội hơn người khác.
- Anh ấy ra trường trước tôi 6 năm nên có ____________ hơn tôi về kinh nghiệm làm việc.
- Có những ____________ bất ngờ từ thói quen thường xuyên tập thể dục như: cải thiện tâm trạng, giấc ngủ, giảm cân và các bệnh mãn tính, v.v.

3) Động lực / động cơ

- ____________ là mục đích thúc đẩy hành động hoặc thứ giúp máy móc được chuyển động; còn ____________ là một lý do thúc đẩy con người để làm điều gì đó.
- Bạn có biết khi xe máy hoặc xe ô tô khởi động, ____________ của nó sẽ hoạt động như thế nào không?
- Khen thưởng kịp thời sẽ tạo ____________ phấn đấu cho nhân viên, nó như một nguồn năng lượng tích cực để họ tiếp tục cống hiến.

4) **Quy tắc / quy trình**

- ____________ là thứ tự để tiến hành một công việc nào đó; còn ____________ là những quy định để mọi người phải tuân theo.
- Khi đến một nơi làm việc mới, chúng ta cần chú ý những ____________ được quy định và văn hóa ứng xử ở môi trường mới.
- Sau dịch tả lợn Châu Phi, ____________ kiểm tra hàng nhập khẩu tại Việt Nam trở nên gắt gao hơn và thủ tục nhập hàng vì thế cần nhiều thời gian hơn.

4. Viết thêm các từ liên quan đến danh mục dưới đây.

Văn hóa tổ chức:

____

____

____

Tiền tố "văn":

____

____

____

Ngữ Pháp 語法筆記

▶MP3-8.3

1) thuật ngữ ... nghĩa là ... 「所謂（的）……是指……」

◉ Thuật ngữ "chiết khấu thương mại" nghĩa là khoản tiền hay tỷ lệ giảm giá mà doanh nghiệp ưu đãi cho khách hàng khi họ mua hàng với số lượng lớn.

所謂的「商業折扣」是指企業在客戶大量購買商品時，為他們提供的現金折扣或一定百分比的折扣。

Giải thích 語法說明

– Ngữ pháp này được sử dụng để giải thích các thuật ngữ, khái niệm hoặc hành vi phức tạp. Theo sau "nghĩa là" thường là một lời giải thích cho thuật ngữ đã được đề cập.

– 「thuật ngữ ... nghĩa là ...」（所謂（的）……是指……）用於解釋複雜的術語、概念或行為。在「nghĩa là」後方的內容為已提及的術語之解釋。

Ví dụ:

- **Thuật ngữ** học tập suốt đời **nghĩa là** việc học tập liên tục của một người từ nhỏ cho đến khi cao tuổi. Mục tiêu cuối cùng là để hoàn thiện bản thân, thích ứng tốt với sự phát triển của xã hội.
- Theo cách hiểu đơn giản nhất, **thuật ngữ** hút thuốc thụ động **nghĩa là** ____________________
- **Thuật ngữ** văn tự sự **nghĩa là** ____________________

  ____
- ____________________

  ____

2) chỉ ra rằng 「指出 / 由……可見」

◉ Các nghiên cứu chỉ ra rằng để học tốt một ngôn ngữ mới, chúng ta cần thực hành và học thuộc ít nhất năm từ mới mỗi ngày. Sau một tháng bạn có thể nhớ 150 từ mới và sau một năm bạn có thể sử dụng thành thạo 1800 từ, điều đó không hề khó.

研究指出要學好一個新的語言，我們每天至少需要背熟 5 個單字。一個月後你就能記得 150 個單字，且在一年後你就能熟練地使用 1800 個單字，這件事一點也不困難。

Giải thích
語法說明

– Ngữ pháp này nhằm đưa ra một tuyên bố chính thức về điều chúng ta biết hoặc thấy đã được giải thích trước đây và bây giờ có thể rút ra kết luận.

– 「chỉ ra rằng」（指出 / 由……可見）的使用目的為提出一項正式的聲明，該聲明為一件我們知道或看到的事，其先前已被解釋過，而現在可以做出結論。

Ví dụ:

- Thói quen góp phần hình thành nên nhân cách vì vậy chúng ta nên tập thói quen tốt và thay đổi những thói quen chưa tốt. Tuy nhiên, thực tế cuộc sống **chỉ ra rằng** con người rất khó để từ bỏ thói quen.
- Có nghiên cứu **chỉ ra rằng** chúng ta nên ngủ ít nhất 7 giờ một ngày, nếu ngủ ít ____________________
  ____
- Các số liệu thống kê **chỉ ra rằng** nền kinh tế Trung Quốc ______
  ____
- ____________________
  ____

3) chỉ cần ..., sẽ ... 「只要……，就……」

◉ Muốn giảm cân không khó, chỉ cần bạn quyết tâm làm theo hướng dẫn của chúng tôi và giữ chế độ ăn uống lành mạnh là sẽ làm được.

想要減重並不難，只要你下定決心按照我們的指示，並且維持健康的飲食方式，就可以做到了。

Giải thích
語法說明

– Ngữ pháp này thường được sử dụng để cung cấp các đề xuất cho người khác và mang lại cảm giác rằng điều kiện này không khó thực hiện.

– 「chỉ cần ..., sẽ ...」（只要……，就……）常用於提供他人建議，且帶來某個條件並不難實現的感覺。

Ví dụ:

- Bạn đừng buồn vì thất bại, **chỉ cần** bạn đứng lên và tiếp tục cố gắng, bạn nhất định **sẽ** có được điều mình muốn trong tương lai.
- Bác sĩ nói với tôi rằng khi bị cảm cúm, **chỉ cần** ______________________________
- Xin học bổng du học thạc sĩ ở đất nước mặt trời mọc không khó, **chỉ cần** ______________________________
- ______________________________
- ______________________________

4) tiền tố "văn –" 「前綴詞：văn ...」

◉ Tiền tố "văn" trong tiếng Việt có nhiều từ như: văn hóa, văn học, văn minh, văn tự, văn bản, văn bia, văn bằng, văn phong, ...

前綴詞「văn」在越南語中有很多搭配詞，如下面語法說明。

Giải thích 語法說明 –

văn hóa	文化	văn bản	文本；書面
văn học	文學	văn bia	碑文
văn minh	文明；文明的	văn bằng	文憑（證書）
văn tự	文字	văn phong	文學風格

Ví dụ:

- Tôi vô cùng ấn tượng với tác phẩm **văn học** này bởi **văn phong** của tác giả rất trong sáng, nhẹ nhàng, cốt truyện không chỉ cuốn hút người đọc mà còn mang giá trị nhân văn sâu sắc.
- **Văn bản** hành chính là những văn bản do các cơ quan hành chính nhà nước ban hành. Các loại văn bản hành chính thường gặp gồm: quyết định, chỉ thị, quy chế, thông báo, hướng dẫn, biên bản, tờ trình, ...
- ____________________

Bộ sưu tập ký họa đầy màu sắc về các biểu tượng văn hóa Việt Nam

Luyện Nói 口語練習

Hãy dùng ngữ pháp đã học "chỉ cần ..., sẽ ..." để hoàn thành đoạn hội thoại.

1) *Nam:* Mình thấy học tiếng Việt rất khó. Bạn có phương pháp nào để học tiếng Việt nhanh và hiệu quả không?

Hoa: ______________________________

____

2) *Bệnh nhân:* Tôi đang muốn bỏ thuốc lá. Bác sĩ có phương pháp nào giúp tôi bỏ thuốc nhanh không?

Bác sĩ: ______________________________

____

3) *Mạnh:* Sao bạn cứ rảnh là chơi game vậy? Đi bơi cùng mình đi! Chơi game có gì tốt chứ?

Ngọc: ______________________________

____

4) *Thắng:* Mình có 2 vé đi xem ca nhạc, muốn mời Hương đi cùng, nhưng ngại chưa biết phải nói sao!

Hà: ______________________________

____

5) *Con:* Mẹ ơi, cuối tuần sau là ngày của mẹ rồi! Mẹ yêu có muốn điều gì đặc biệt không ạ? Con muốn được tặng mẹ món quà mà mẹ thích nhất!

Mẹ: ______________________________

____

Luyện Viết 寫作練習

1. Sử dụng cấu trúc "chỉ ra rằng" để trả lời các câu hỏi sau.

1) Bạn có tin vào luật nhân quả không?

____

____

____

2) Các quảng cáo gần đây thường nhắc đến tác dụng của loại bia không cồn với hệ thống tim mạch. Bạn đánh giá như thế nào về điều đó?

____

____

____

3) Phân biệt chủng tộc là một vấn đề cần sớm được giải quyết. Bạn thấy vấn đề này ở nước bạn như thế nào?

____

____

____

2. Dùng cấu trúc "thuật ngữ ... nghĩa là ..." và các từ cho sẵn để viết thành câu hoàn chỉnh.

1) Lễ hội trong văn hóa Việt / một nét đẹp truyền thống / trong đó lễ là các nghi thức tâm linh, thờ cúng / với hai phần: phần lễ và phần hội / hội là phần vui chơi giải trí.

____

____

____

2) Bán lấy may / một văn hóa độc đáo / bán mở hàng cho vị khách đầu tiên / chỉ có ở Việt Nam / mua hàng trong ngày.

____

____

____

3) "Học thầy không tày học bạn" / trong học hành chúng ta không chỉ học hỏi từ thầy cô giáo / học từ bạn bè, người thân và cuộc sống.

____

____

____

4) Học hành / học tập phải / trong tiếng Việt / đi đôi với thực hành.

____

____

____

5) Người theo dõi / số người theo dõi trang cá nhân / một tổ chức hoặc cá nhân / mạng xã hội hay instagram.

____

____

____

Luyện Nghe 聽力練習 ▸MP3-8.4

Nghe và đánh dấu vào những thông tin đúng.

1) (　) Chúng ta nên cân nhắc điều gì khi lựa chọn tham gia vào một tổ chức?

A. Tiền lương　　B. Cơ hội thăng tiến

C. Văn hóa tổ chức　　D. Cả A/B/C

2) (　) Những điều có thể làm để tìm hiểu văn hóa tại nơi làm việc?

A. Đọc kỹ các quy tắc tại nơi làm việc

B. Quan sát đồng nghiệp để học hỏi

C. Cùng ăn trưa với đồng nghiệp, chủ động hòa mình vào môi trường mới

D. Cả A/B/C

3) (　) Vì sao cùng ăn trưa có thể học hỏi được nhiều điều về văn hóa của tổ chức?

A. Mọi người có thể thoải mái chia sẻ về nhiều thứ ngoài công việc

B. Khi cùng uống bia, mọi người sẽ chia sẻ chân thành hơn

C. Con đường gắn kết tình cảm thường đi qua dạ dày

D. Cả A/B/C

4) (　) Câu nói "một con ngựa đau, cả tàu bỏ cỏ" thể hiện tinh thần gì?

A. Tinh thần yêu nước

B. Tinh thần hy sinh bản thân vì công việc chung

C. Tình thần yêu thương, đoàn kết

D. Cả A/B/C

5) (　) Tình cảm chân thành giữa người với người đôi khi không thể hiện qua:

A. Hành động

B. Lời nói

C. Sự yêu thương, quý trọng

D. Cả A/B/C

Bài Tập Về Nhà 作業

1. Đặt câu với những từ và ngữ pháp cho sẵn.

1) văn hóa tổ chức: ____________________

____

2) cốt lõi: ____________________

____

3) trách nhiệm xã hội: ____________________

____

4) niềm tin: ____________________

____

5) hình thành: ____________________

____

6) bản sắc: ____________________

____

7) bền vững: ____________________

____

8) thuật ngữ ... nghĩa là ...: ____________________

____

9) chỉ ra rằng: ____________________

____

10) chỉ cần ... sẽ ...: ______________________________

____

2. Đánh máy

1) Viết một bài luận về văn hóa tổ chức của Đài Loan (từ 500 đến 1000 từ).

2) Người Việt có câu "Một con ngựa đau, cả tàu bỏ cỏ". Bạn hiểu thế nào về câu nói này?

Khu đền tháp Chămpa tại thánh địa Mỹ Sơn

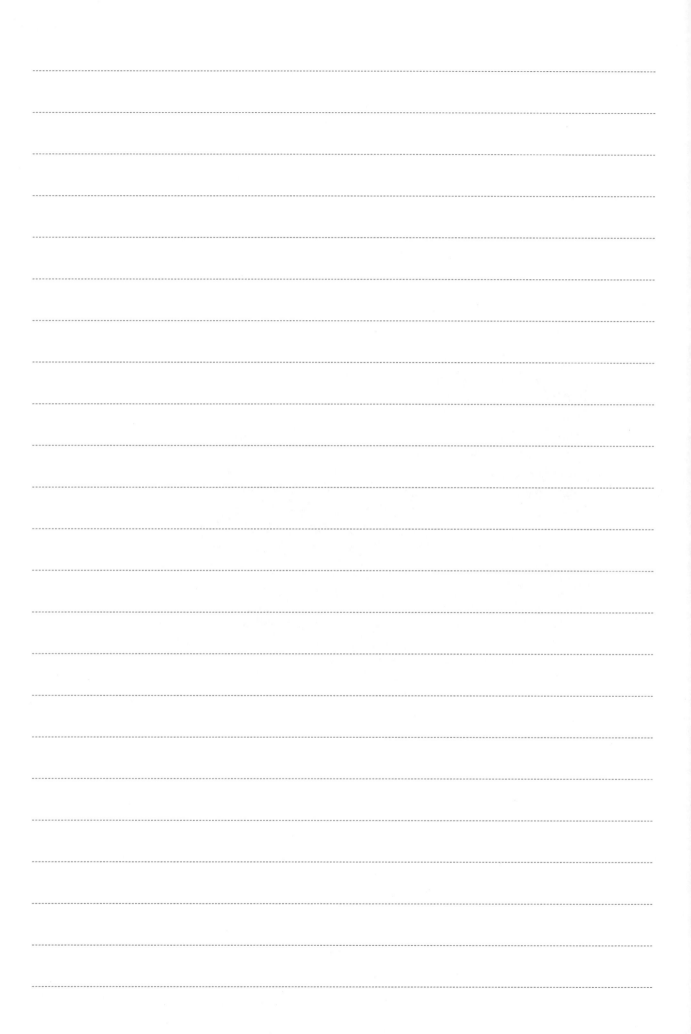

Bài 9
Vấn đề ô nhiễm môi trường

環境污染問題

Con người cần chung tay bảo vệ môi trường

Ý Kiến Cá Nhân 個人意見

1. Hãy kể tên các loại ô nhiễm mà bạn biết?

2. Bạn đánh giá thế nào về mức độ ô nhiễm không khí hiện nay?

3. Theo bạn, ô nhiễm môi trường có ảnh hưởng gì tới sức khỏe con người?

4. Hãy chia sẻ một số giải pháp để cải thiện vấn đề ô nhiễm mà bạn biết?

Bài Đọc 課文 ▸MP3-9.1

Ô nhiễm môi trường là một trong những vấn đề nghiêm trọng nhất mà loài người và sự sống trên trái đất của chúng ta phải đối mặt. Vấn đề này phổ biến và thu hút sự chú ý ở cả các nước phát triển cũng như các nước đang phát triển vì những hậu quả lâu dài và nghiêm trọng của nó. Sự suy giảm chất lượng môi trường do ô nhiễm được chứng minh là mất thảm thực vật, đa dạng sinh học, quá nhiều hóa chất độc hại trong không khí, trong thực phẩm và nguy cơ gây ra biến đổi khí hậu. Bài viết trước tiên nhấn mạnh những tác động mà con người gây ra cho môi trường tự nhiên. Tiếp đó một số câu hỏi cơ bản gồm: ô nhiễm là gì; tại sao nó quan trọng; đâu là nguyên nhân gây ô nhiễm - sẽ được thảo luận. Cuối cùng, bài viết giới thiệu đến người đọc một số giải pháp cho vấn đề ô nhiễm được áp dụng tại Việt Nam.

Ô nhiễm có thể xem xét từ nhiều góc độ khác nhau và được đồng ý là kết quả của cuộc cách mạng công nghiệp, đô thị hóa và khai thác tài nguyên thiên nhiên quá mức. Singh (1991) định nghĩa ô nhiễm một cách rất đơn giản, tức là, "tình trạng mất cân bằng của trạng thái cân bằng trong bất kỳ hệ thống nào". Định nghĩa chung này có thể áp dụng được cho tất cả các loại ô nhiễm, từ môi trường vật chất đến kinh tế, môi trường chính trị, xã hội hay tôn giáo. Một định nghĩa cụ thể hơn trong từ điển Merriam-Webster Online được Wikipedia sử dụng thì giải thích: "ô nhiễm môi trường là hiện tượng môi trường tự nhiên bị bẩn, đồng thời các tính chất vật lý, hóa học, sinh học của môi trường bị thay đổi gây tác hại tới sức khỏe con người và các sinh vật khác". [2]

Vậy tại sao ô nhiễm xảy ra? Những chất nào gây ô nhiễm và chúng đến từ đâu? Các nghiên cứu trước đây xác định nhiều nguồn ô nhiễm khác nhau đã làm thay đổi thành phần của môi trường nước, không khí và đất. Các chất gây ô nhiễm có thể là kim loại độc hại, hạt nhân phóng xạ, bụi, nhiệt và các loại rác thải khác do con người vô tình hoặc cố ý tạo ra. Tác động từ những chất ô nhiễm này có thể trực tiếp hoặc gián tiếp ảnh hưởng đến con người, được trung gian thông qua các sinh vật khác. Căn cứ vào bản chất và môi trường, ô nhiễm được phân thành sáu loại gồm: ô nhiễm không khí, ô nhiễm nguồn nước, ô nhiễm đất, ô nhiễm tiếng ồn, ô nhiễm phóng xạ và ô nhiễm nhiệt.

Theo các chuyên gia, nguyên nhân gốc rễ của ô nhiễm môi trường là do dân số ngày càng tăng, tiêu dùng ngày càng nhiều và công nghiệp phát triển với quy mô lớn. Ô nhiễm là vấn đề rõ ràng, con người **mặc dù** cố gắng thế nào thì ô nhiễm **vẫn** không thể được giải quyết triệt để. Trong thành phố, ô nhiễm đang tấn công người dân qua giao thông, xe cộ và rác thải. Ngoài thành phố, một số dòng sông đang kêu cứu bởi chất thải từ các khu công nghiệp hoạt động trên bờ. Trên biển, váng dầu nổi gần các khu vực khai thác dầu và nhiều hòn đảo hình thành từ rác đang xuất hiện. Trong không khí, ô nhiễm cũng trầm trọng, nhất là ở các thành phố công nghiệp, khí thải và khói bụi khắp nơi. Trong thức ăn, sử dụng thuốc trừ sâu nặng đã giết chết sâu, chim, cá, v.v.; và dư lượng thuốc sâu cũng theo thực phẩm đi vào bữa cơm gia đình. Ô nhiễm thật đáng báo động và con người cần sớm tìm ra giải pháp, **nếu không thì** môi trường của chúng ta sẽ bị hủy hoại, sức khỏe con người cũng không thể đảm bảo.

Ô nhiễm môi trường biển

Chung tay bảo vệ môi trường là việc làm cấp thiết, bởi **đợi đến khi** ô nhiễm trở nên trầm trọng thì việc giải quyết **sẽ** rất khó khăn và tốn kém. Để làm điều đó, chúng ta có thể thực hiện đồng bộ một số giải pháp sau [3]: "Một là, chính phủ cần tiếp tục hoàn thiện hệ thống pháp luật về bảo vệ môi trường. Hai là, tăng cường công tác thanh tra, kiểm tra, giám sát về môi trường nhằm phát hiện, ngăn chặn và xử lý kịp thời những hành vi gây ô nhiễm. Ba là, thực hiện nghiêm túc việc thẩm định, đánh giá tác động môi trường đối với các dự án đầu tư mới. Bốn là, đẩy mạnh công tác tuyên truyền, giáo dục về bảo vệ môi trường trong toàn xã hội." Đặc biệt, Chính phủ đã **coi** môi trường **như** một bộ phận quan trọng trong mục tiêu phát triển kinh tế và yêu cầu các doanh nghiệp phải chú ý đến vấn đề này. Dù mục tiêu của kinh doanh là lợi nhuận nhưng trái đất chỉ có một! Hy vọng những giải pháp trên sẽ giúp chúng ta bảo vệ môi trường, đảm bảo sự phát triển bền vững của đất nước.

Tài liệu tham khảo:

1. Singh (1991). Industry Characteristics and Consumer Dissatisfaction. *The Journal of Consumer Affairs*. Vol.25, Issue1, p. 19-56
2. Pollution - Definition from the Merriam-Webster Online Dictionary. Merriam-webster.com. Ngày 13 tháng 8 năm 2010.
3. Minh Phúc (2015). Một số giải pháp khắc phục ô nhiễm môi trường. *TH theo Bộ Tài nguyên và Môi trường*.

Mẹ trao gửi một Trái đất xanh vào tay con

Từ Mới 生詞

▸MP3-9.2

1	ô nhiễm	污染	14	chất ô nhiễm	污染物
2	sự sống	生命；活的	15	kim loại	金屬
3	nghiêm trọng	嚴重的；危急的	16	độc hại	有害的；有毒的
4	thảm thực vật	植被	17	hạt nhân phóng xạ	核輻射
5	đa dạng sinh học	生物多樣性	18	bụi	粉塵
6	hóa chất	化學製品	19	phóng xạ	放射性；輻射
7	nguy cơ	危機；風險；危險	20	váng dầu	浮油
8	tình trạng	現況	21	chung tay	共同；攜手共進
9	trạng thái cân bằng	平衡性	22	trầm trọng	惡化的；嚴重的
10	vật lý	物理學	23	tốn kém	昂貴的；很花錢的；花費（金錢或時間）
11	hóa học	化學	24	thẩm định	審定；核准
12	sinh học	生物學	25	tuyên truyền	宣傳；鼓吹
13	sinh vật	生物	26	dư lượng	殘渣

Đọc Hiểu 閱讀理解

1. Dựa vào nội dung bài đọc, trả lời các câu hỏi dưới đây.

1) Theo bài viết, những hậu quả của ô nhiễm môi trường có thể là gì?

2) Ô nhiễm môi trường thường là kết quả của điều gì?

3) Định nghĩa về ô nhiễm của Singh (1991) có thể áp dụng cho những môi trường nào?

4) Ai là người gây ra ô nhiễm và có các chất gây ô nhiễm chủ yếu nào?

5) Có mấy loại ô nhiễm môi trường? Hãy kể tên.

6) Theo các chuyên gia đâu là nguyên nhân gốc rễ của ô nhiễm môi trường?

7) Vị trí của môi trường trong mục tiêu phát triển kinh tế của đất nước?

____

____

2. Chọn Đúng (Đ) hay Sai (S) theo nội dung của bài đọc.

1) (   ) Vấn đề ô nhiễm môi trường chỉ nghiêm trọng ở các nền kinh tế phát triển.

2) (   ) Ô nhiễm được chứng minh là mất thảm thực vật, đa dạng sinh học, quá nhiều hóa chất độc hại trong không khí và thực phẩm.

3) (   ) Những tác động ngoài mong muốn của ô nhiễm nước có thể ảnh hưởng đến sinh vật khác thông qua con người.

4) (   ) Nguyên nhân gốc rễ của ô nhiễm là do dân số và tiêu dùng tăng nhanh.

5) (   ) Khó có thể giải quyết triệt để vấn đề ô nhiễm môi trường.

6) (   ) Ô nhiễm không khí rất trầm trọng ở các thành phố công nghiệp.

7) (   ) Chung tay bảo vệ môi trường là việc làm cấp thiết.

8) (   ) Mục tiêu của kinh doanh là lợi nhuận nên các doanh nghiệp không cần chú ý đến bảo vệ môi trường.

3. Chọn đáp án đúng nhất theo nội dung bài đọc.

1) (   ) Ô nhiễm môi trường là kết quả của:

A. Cuộc cách mạng công nghiệp

B. Quá trình đô thị hóa

C. Khai thác tài nguyên thiên nhiên quá mức

D. Cả A/B/C

2) (   ) Các dòng sông của chúng ta đang kêu cứu là bởi tác động của:

A. Hạt nhân phóng xạ

B. Rác thải sinh hoạt

C. Các khu công nghiệp hoạt động trên bờ

D. Kim loại độc hại

3) (   ) Ô nhiễm thật đáng báo động, nếu con người không sớm tìm ra giải pháp thì:

A. Nguồn nước sẽ bị ô nhiễm

B. Môi trường sẽ bị hủy hoại

C. Ngành công nghiệp sẽ không đủ nguyên nhiên liệu để phát triển

D. Cả A/B/C

4) (   ) Giải pháp để bảo vệ môi trường nào được nhắc đến trong bài:

A. Tích cực trồng cây, gây rừng, phát triển mô hình nông nghiệp hữu cơ

B. Hạn chế sử dụng các chất tẩy rửa độc hại

C. Hoàn thiện hệ thống pháp luật về bảo vệ môi trường

D. Làm tốt công tác phân loại và tái chế rác thải

Luyện Tập Từ Vựng 詞彙練習

1. Theo nội dung bài đọc, tìm từ phù hợp với định nghĩa cho sẵn ở bên dưới.

dư lượng	vô tình	hình thành	đối mặt
triệt để	độc hại	gốc rễ	nghiêm trọng
thẩm định	báo động	suy giảm	

1) ____________: Đứng trước khó khăn, trở ngại hay nguy hiểm.
2) ____________: Bị giảm sút hơn trước, kém dần đi.
3) ____________: Không cố ý, không định tâm.
4) ____________: Chỉ nguồn gốc hoặc nguyên nhân sâu xa của vấn đề.
5) ____________: Ở mức độ cao nhất, không còn có thể cao hơn (tính từ).
6) ____________: Xem xét, đánh giá và đưa ra quyết định.
7) ____________: Cho biết tình hình nguy hiểm sắp xảy ra.
8) ____________: Đủ yếu tố cần thiết để nảy sinh, tồn tại như một thực thể.
9) ____________: Lượng hoá chất chưa được phân huỷ còn đọng lại, thường gây hại.
10) ____________: Có khả năng gây hại, ảnh hưởng đến sức khoẻ hoặc tinh thần.
11) ____________: Trong tình trạng không tốt, có thể dẫn đến hậu quả xấu, tai hại.

2. Chọn từ cho sẵn trong bảng ở phần 1 để hoàn thành các câu sau.

1) Khi vào hiệu sách tôi ____________ nhìn thấy quyển sách mà tôi tìm kiếm bấy lâu nay.
2) Sống xa nhà, tôi phải ____________ với nhiều khó khăn và cám dỗ.
3) Ông ấy tận dụng ____________ các mối quan hệ xã hội để giải quyết khó khăn tài chính của gia đình.
4) Môi trường sống cũng góp phần ____________ nên tính cách con người.

5) ____________ thuốc bảo vệ thực vật của sản phẩm này đã vượt quá giới hạn cho phép.

6) Tình hình dịch bệnh tại Châu Á nói riêng, trên thế giới nói chung đang diễn biến ngày càng phức tạp và ____________.

7) Mối quan hệ ____________ thậm chí có thể xuất hiện trong chính gia đình vì vậy chúng ta cần hướng dẫn trẻ cách phân biệt đúng sai.

8) Dự án này cần được ____________ trước khi triển khai thực hiện.

3. Sử dụng các từ cho sẵn để điền vào chỗ trống.

1) Thân thiện / thân cận

- Thân thiện và thân cận đều là tính từ, trong đó: ____________ là dùng để chỉ tình cảm tử tế với nhau; còn ____________ nghĩa là sát bên cạnh, về khoảng cách cũng như tình cảm.
- Ống hút làm bằng cỏ là một loại sản phẩm ____________ với môi trường.
- Sau khi đạt giải đặc biệt trong cuộc thi "ý tưởng sáng tạo vì môi trường", anh ấy đã tổ chức một buổi tiệc liên hoan cùng những người ____________ trong công ty, gia đình và bạn bè.

2) Môi trường / môi sinh

- ____________ là nơi chúng ta sinh sống và làm việc hay nơi diễn ra một hiện tượng, một quá trình; còn ____________ là môi trường sống của sinh vật.
- Theo thời gian, quan niệm về giáo dục đã có nhiều thay đổi, người thầy trong giáo dục ngày nay có vai trò là người hướng dẫn, giúp tạo ra một ____________ học tập tích cực và sáng tạo cho học trò.
- Sự khai thác ồ ạt nguồn tài nguyên rừng đã gây nhiều ảnh hưởng tiêu cực đến ____________ và môi trường sống của con người.

3) Tài nguyên / tài lộc

- ____________ là của cải và lợi lộc do được trời hoặc bề trên ban cho; còn ____________ là nguồn vật chất thiên nhiên chưa được khai thác.

- Trong văn hóa Việt, vị thần mang đến ____________ gọi là Thần Tài, do đó hầu hết những người làm công việc kinh doanh hay buôn bán đều thờ vị thần này.
- Chúng ta cần gìn giữ môi trường cho thế hệ mai sau, không nên khai thác quá nhiều gây cạn kiệt ____________ thiên nhiên.

4) Cạn kiệt / nông cạn

- ____________ nghĩa là cạn sạch, không còn gì, đến mức không thể tìm thấy nữa; còn ____________ là nhận thức không đi vào chiều sâu, vào bản chất.
- Thành ngữ "ếch ngồi đáy giếng" trong tiếng Việt để chỉ những người có tầm nhìn hạn hẹp, hiểu biết ____________ nhưng luôn tỏ ra giỏi giang.
- Nhiều loài động vật bị con người săn bắt đến ____________, thậm chí có loài còn đứng trước nguy cơ bị tuyệt chủng.

4. Viết thêm các từ liên quan đến danh mục dưới đây.

Ô nhiễm:

____

____

Bảo vệ môi trường:

____

____

Ngữ Pháp 語法筆記

▸MP3-9.3

1) mặc dù ..., ... vẫn ... 「儘管……，仍然……」

◉ Mặc dù kinh tế thế giới đang có dấu hiệu đi xuống, nhưng tốc độ tăng trưởng GDP năm 2019 của Việt Nam vẫn đạt 7,02%.

儘管全球經濟有衰退的跡象，但越南2019年的GDP成長率仍達到了7.02%。

Giải thích 語法說明

– Cấu trúc này được sử dụng để giải thích rằng mặc dù có chuyện gì đó xảy ra, kết quả vẫn như vậy, không thay đổi.

– 「mặc dù ..., ... vẫn ...」（儘管……，仍然……）用來表示雖然發生了某個情況，但結果還是一樣。

Ví dụ:

- **Mặc dù** cô ấy rất muốn đi du học nước ngoài và đã chuẩn bị mọi thứ sẵn sàng, nhưng cuối cùng **vẫn** không đi được vì dịch Covid-19.
- **Mặc dù** điều kiện gia đình không khá giả nhưng bố mẹ của Nam **vẫn** ______________________________
- Ngọc Hà là một cô gái không chỉ xinh đẹp mà còn thông minh và chăm chỉ. **Mặc dù** hàng ngày đi làm thêm rất mệt, cô ấy **vẫn** ______________________________
____
- ______________________________
____
- ______________________________
____

2) nếu không thì 「否則 / 不然」

◉ Xe ô tô của anh ấy bị hỏng máy trên đường đi nếu không thì chúng tôi đã đến bữa tiệc kịp giờ rồi.

他的車在半路拋錨了，不然我們早就來得及到宴會了。

– Cấu trúc này được sử dụng để kết nối các mệnh đề trong câu và được đặt ở đầu của mệnh đề thứ hai.

– 「nếu không thì」（否則 / 不然）用來連接子句並置於後方子句的句首。

Ví dụ:

- Người viết văn là người lao động và sáng tạo trên từng con chữ, **nếu không thì** người nào chẳng viết được ra chữ, đâu cần đến nhà văn và nghề văn.
- Ông chủ quy định mọi người phải đi làm đúng giờ, **nếu không thì** ______________________________
- Trường đại học chỉ trang bị cho chúng ta những kiến thức cơ bản. Nếu ai biết khai thác nó và tự học hỏi thêm thì có thể tiến xa hơn, **nếu không thì** ______________________________
____
- ______________________________
____
- ______________________________
____
- ______________________________
____

3) đợi đến khi ... sẽ ... 「等到……，就……了」

◉ Tình yêu thương của cha mẹ dành cho con cái là vô bờ bến. Đợi đến khi bạn trưởng thành, có gia đình và có con, bạn sẽ hiểu, sẽ cảm nhận được tình yêu và sự hy sinh của cha mẹ mình.

父母對子女的愛是無窮無盡的。等到你長大後，有了家庭和小孩，你就會瞭解並感受到父母的愛與犧牲了。

Giải thích
語法說明

– Ngữ pháp này biểu thị mối quan hệ tuần tự giữa hai hành động. Nếu tình huống A xảy ra, sẽ có kết quả B. Nó thường được sử dụng để thuyết phục người khác chú ý rằng kết quả này không tốt lắm.

– 「đợi đến khi ... sẽ ...」（等到……，就……了）用來表示兩個動作之間的前後順序關係。如果出現情況A，就會有結果B。常使用於說服他人，提醒他人注意到某個不太好的結果。

Ví dụ:

- **Đợi đến khi** bệnh tật hiểm nghèo bộc phát rồi bệnh nhân mới đến chữa trị thì **sẽ** vừa tốn kém vừa rất khó để chữa khỏi bệnh.
- Nếu bạn cho rằng thầy giáo của mình thật khó tính thì hãy **đợi đến khi** bạn ra trường, đi làm, bạn **sẽ** hiểu thế nào là sự yêu thương chân thật.
- Quan điểm của Khổng Tử trong dạy học là phải **đợi đến khi** ____________________
- ____________________
- ____________________

4) coi ... như ... 「把……當做 / 當成……」

◉ Chúng ta cần giáo dục vấn đề bảo vệ môi trường cho các em học sinh, sinh viên ngay từ nhỏ, phải coi môi trường sống như ngôi nhà của chính chúng ta.

我們需要對學生進行環境保護教育，學生從小就必須把周遭的生活環境當成自己的家。

Giải thích
語法說明

– "coi ... như ...": chủ thể có thể là một người, một sự việc hoặc một tổ chức. Mẫu câu này cũng có thể được viết là "công nhận ... là ..." hoặc "sử dụng ... như ...".

– 「coi ... như ...」(把……當做 / 當成……)：「như」是「看成」或「作為」的意思。主語可以是人、事件或是組織。本句型亦可寫成「công nhận ... là ...」或「sử dụng ... như ...」。

Ví dụ:

- Nhiều người Việt **coi** rượu bia **như** một lời chào mở đầu cho những cuộc nói chuyện, từ công việc làm ăn cho tới vui chơi, giải trí.
- Bạn hãy **coi** học tập **như** một niềm vui, một chuyến đi khám phá và quan tâm nhiều đến quá trình học tập hơn là kết quả.
- Những người thành công **coi** thất bại **như** ____________________
____
- ____________________
____
- ____________________
____

Luyện Nói 口語練習

Hãy dùng ngữ pháp đã học "đợi đến khi ... sẽ ..." và "coi ... như ..." để hoàn thành câu hội thoại dưới đây.

1) *Nam:* Chúng ta đi chơi đi! Tớ nghĩ rằng thi giữa kỳ lần này sẽ không quá khó.

Hoa: ____________________

____

2) *Hải:* Mình thích mua hàng ở chợ đêm, hàng vừa đẹp, nhiều chủng loại mà giá cả cũng không đắt.

Hòa: ____________________

____

3) *Vũ:* Sức khỏe của ông nội bạn dạo này thế nào?

Thủy: ____________________

____

4) *Huệ:* Bạn suy nghĩ thế nào về "làm việc vì đam mê" và "làm việc vì tiền bạc".

Hoa: ____________________

____

5) *Văn:* Tết Nguyên đán có một vị trí rất quan trọng trong văn hóa truyền thống của người Việt thì phải!

Hà: ____________________

____

6) *Nam:* Chữ hiếu là điều quan trọng nhất trong đạo đức của con người.

Hoa: ____________________

____

Luyện Viết 寫作練習

1. Sử dụng cấu trúc "nếu không thì" để viết lại câu, có thể loại bỏ một số từ.

1) Sau khi hoạt động kết thúc chúng ta cần đánh giá hiệu quả của nó. Nếu hoạt động chưa hiệu quả thì nguyên nhân ở đâu, từ đó rút ra bài học cho các hoạt động tiếp theo.

____

____

____

2) Nếu cậu hoàn thành báo cáo nhóm đúng hạn thì tốt, không thì cần nói rõ cho các thành viên khác trong nhóm biết. Tớ chỉ nghĩ thế thôi, còn quyết định như thế nào là do cậu.

____

____

____

3) Thật tiếc là một năm bạn chỉ trở về Việt Nam có hai lần. Nếu thời gian có nhiều hơn thì mình sẽ đưa bạn đi tham quan Vịnh Hạ Long và Sa Pa.

____

____

____

4) Môi trường sống rất quan trọng đối với chúng ta. Nếu môi trường bị phá hủy thì con người và sinh vật không thể sống tốt, không thể hít thở và phát triển được.

____

____

____

2. Dùng cấu trúc "mặc dù ... vẫn ..." và các từ cho sẵn để viết thành câu hoàn chỉnh.

1) Hoàng Thùy là một người mẫu nổi tiếng / cô ấy thường xuyên ăn đồ ăn nhanh / uống nước ngọt / không bị béo.

____

____

____

2) Ngài Donald Trump / tham gia chính trị ở tuổi 70 và đã đắc cử tổng thống Mỹ / rất thành công trong kinh doanh.

____

____

____

3) Gia đình anh ấy / để cuộc sống thêm vui vẻ và thú vị / tranh thủ cuối tuần cùng nhau đi chơi / cuộc sống còn nhiều khó khăn, vất vả.

____

____

____

4) Rất thành công trong lĩnh vực của mình / đua nhau tham gia / nhiều đại gia bất động sản, nhựa hay thép tại Việt Nam / vào sân chơi nông sản.

____

____

____

Luyện Nghe 聽力練習 ▶MP3-9.4

Nghe nội dung và đánh dấu vào những thông tin đúng.

1) (　　) Ô nhiễm chất thải nhựa được đánh giá là:
A. Vấn nạn toàn cầu　　B. Vô cùng nghiêm trọng
C. Mối quan tâm của giới trẻ　　D. Khó giải quyết

2) (　　) Chủ đề của ngày môi trường thế giới năm 2018 là?
A. Ô nhiễm không khí
B. Hành động vì thiên nhiên
C. Sống hài hòa với thiên nhiên
D. Chống lại rác thải nhựa

3) (　　) Lý do đồ nhựa được nhiều người sử dụng:
A. Nhẹ và bền　　B. Chi phí thấp
C. Tiện lợi　　D. Cả A/B/C

4) (　　) Số lượng nhựa được sản xuất hằng năm khoảng:
A. 280 triệu tấn　　B. 380 triệu tấn
C. 28 kg/người　　D. 38 kg/người

5) (　　) Hiện trạng xử lý chất thải nhựa trên thế giới?
A. Được chôn vùi trong bãi rác
B. Thải ra đại dương
C. Được tái chế
D. Cả A /B/C đúng

6) (　　) Lượng chất thải nhựa tại Hà Nội vào năm 2019 được nhắc đến trong bài?
A. Khoảng 45 kg/người/năm
B. Hơn 60 tấn một ngày
C. Chiếm 20% lượng chất thải của thành phố
D. Hơn 60 tấn một năm

7) (　　) Nội dung chính của bài văn có thể là:
A. Ô nhiễm từ chất thải nhựa　　B. Ô nhiễm tiếng ồn
C. Ô nhiễm đại dương　　D. Cả A/B/C

Bài Tập Về Nhà 作業

1. Đặt câu với những từ và ngữ pháp cho sẵn.

1) ô nhiễm: ______

2) độc hại: ______

3) chung tay: ______

4) trầm trọng: ______

5) tuyên truyền: ______

6) báo động: ______

7) coi ... như ...: ______

8) nếu không thì: ______

9) đợi đến khi ... sẽ ...: ______

10) mặc dù ... vẫn ...: ____________________

____

2. Đánh máy

1) Viết một bài luận ngắn về vấn đề môi trường mà bạn quan tâm tại Đài Loan (từ 500 đến 1000 từ).

2) Người Việt có câu "Tấc đất tấc vàng". Bạn hiểu thế nào về câu nói này?

"Bạn không thể trải qua một ngày mà không có sự tương tác với thế giới xung quanh. Điều bạn làm sẽ tạo ra sự khác biệt và chính bạn là người quyết định khác biệt nào bạn muốn có". - JANE GOODALL -

Bài 10
Biến đổi khí hậu
氣候變化

Chim cánh cụt và gấu Bắc Cực trên những tảng băng trôi

Ý Kiến Cá Nhân 個人意見

1. Hãy kể tên một vài ảnh hưởng của biến đổi khí hậu mà bạn biết.

2. Có phải con người là nguyên nhân gây ra biến đổi khí hậu?

3. Theo bạn, chúng ta có thể làm gì để giảm những tác động tiêu cực của biến đổi khí hậu?

4. Sự phát triển của công nghệ có thể giúp gì cho chúng ta trong việc giải quyết vấn đề biến đổi khí hậu không?

Bài Đọc 課文 ▸MP3-10.1

Trong những năm gần đây, cụm từ "biến đổi khí hậu" được rất nhiều người quan tâm. Bởi những thay đổi của khí hậu hiện đã vượt quá giới hạn của biến đổi tự nhiên và trở thành nỗi lo chung của toàn nhân loại. Theo các nhà khoa học, nguồn gốc chính của biến đổi khí hậu là những thay đổi do con người gây ra trong thành phần bầu khí quyển. Mặc dù loài người đã có nhiều tiến bộ trong việc theo dõi, tìm hiểu sự thay đổi của khí hậu, nhưng việc lập kế hoạch thích ứng và giảm tác động của biến đổi khí hậu vẫn là một bài toán khó. Vậy biến đổi khí hậu là gì? Nguyên nhân của biến đổi khí hậu từ đâu? Và biến đổi khí hậu mang đến hậu quả gì? Những câu hỏi này sẽ được thảo luận trong phần tiếp theo của bài viết.

Thực chất, biến đổi khí hậu là những biến đổi xấu của môi trường tự nhiên gây ảnh hưởng có hại đến sự sống trên trái đất. Những biểu hiện của biến đổi khí hậu là thời tiết trở nên khắc nghiệt, mùa hè quá oi bức còn mùa đông thì lạnh bất thường. Biến đổi ấy khiến các thảm họa thiên tai như lũ lụt, nắng nóng, hạn hán và sóng thần diễn ra nhiều với cường độ mạnh hơn. Nguyên nhân gây ra biến đổi khí hậu có nguyên nhân khách quan và nguyên nhân chủ quan. Nguyên nhân khách quan đến từ sự biến đổi của tự nhiên, như hoạt động của hệ mặt trời, sự thay đổi quỹ đạo của trái đất và các dòng hải lưu. Nguyên nhân chủ quan đến từ sự tác động của con người qua việc thay đổi mục đích sử dụng đất, sử dụng năng lượng, quá trình công nghiệp hóa và nạn chặt phá rừng. Sự gia tăng lượng khí carbon dioxide (CO2) và metan trong bầu khí quyển tạo nên một tấm áo bao bọc trái đất, chúng giữ nhiệt từ mặt trời và khiến trái đất nóng lên [1].

Hành động của con người, đặc biệt từ việc đốt nhiên liệu hóa thạch đã đưa vào môi trường một lượng khí CO2 khổng lồ. Để điều chỉnh lượng khí này trái đất cần sự bảo vệ từ cây cối thông qua quá trình quang hợp. Stephanie Meeks đã từng tuyên bố rằng: "chúng ta **đừng nói đến** việc giải quyết vấn đề biến đổi khí hậu, nếu chúng ta không giải quyết được vấn đề bảo vệ rừng" [2]. Trong kỷ nguyên công nghiệp hóa, lượng cây cối của chúng ta đã bị giảm đi đáng kể. Điều đó không chỉ mang đến những thiệt hại đáng lo ngại về bóng râm, làm mát, mà ít cây còn khiến nước mưa chảy nhanh hơn, là nguyên nhân gây lũ lụt và hạn hán. Do đó, **vì lợi ích của** cộng đồng, chúng ta cần chung tay bảo vệ rừng, bảo vệ bầu khí quyển.

Như đã nói, biến đổi khí hậu gây ra những ảnh hưởng xấu đến sự phát triển của sinh vật và con người trên trái đất. Một số hiện tượng phổ biến có thể kể đến gồm: (1) Nắng nóng kéo dài: các đợt nắng kéo dài là nguyên nhân dẫn đến tình trạng thiếu nước sạch, cháy rừng, bão bụi và lũ quét. Nắng nóng đồng thời cũng tác động đến sức khỏe con người đặc biệt là người già, trẻ nhỏ và người bệnh. (2) Băng tan và nước biển dâng cao: những năm gần đây băng ở Bắc cực đang tan chảy nhanh, đe dọa đến cuộc sống của các động thực vật ở Bắc cực và những khu vực thấp trên thế giới. Trong tương lai gần một số quốc đảo và thành phố dự kiến sẽ chìm trong biển nước. (3) Trái đất nóng lên: theo thống kê, thập niên đầu của thế kỷ 21 đánh dấu sự gia tăng nhiệt độ nhanh kỷ lục của trái đất. Trong nước biển, không chỉ nhiệt độ tăng lên mà độ axit cũng cao hơn và nếu nồng độ này tiếp tục tăng, hệ sinh vật đại dương sẽ gặp nguy hiểm.

Thành phố Hồ Chí Minh có 30% diện tích nằm ngang mực nước biển

Rõ ràng, biến đổi khí hậu đang đe dọa tương lai của chúng ta. Nhưng nếu chúng ta tích cực hành động thì hậu quả của biến đổi khí hậu sẽ được giảm nhẹ. Để ứng phó với vấn đề này, thế giới đã và đang cùng nhau: (1) ngăn chặn các hành vi chặt phá rừng, bảo vệ lá phổi xanh của thế giới; (2) hạn chế tối đa việc sử dụng nhiên liệu hóa thạch; (3) áp dụng công nghệ mới vào cuộc sống để giảm lượng nhiệt và khí thải; và **cuối cùng** là phát triển giao thông công cộng, giảm sử dụng các phương tiện cá nhân [3]. Hy vọng những thông tin về biến đổi khí hậu, nguyên nhân và các giải pháp vừa nêu sẽ truyền thêm cảm hứng cho người đọc trong việc bảo vệ hành tinh của chúng ta, với hành động đến từ chính cá nhân mỗi người.

Tài liệu tham khảo:

1. Moitruong.net (2016). Thực trạng và hậu quả của việc biến đổi khí hậu. *Theo Danang.gov.vn*
2. Raz (2017). Preserving forests to fight global warming. *https://ecolibris.blogspot.com*
3. Thiện Hải (2019). Biến đổi khí hậu và những giải pháp thích ứng. *Báo Sóc Trăng.*

Cảnh quan Vịnh Hạ Long tuyệt đẹp nhìn từ Đảo Ti Tốp

Năng lượng xanh từ dự án điện mặt trời và điện gió

Từ Mới 生詞

▸MP3-10.2

1	nhân loại	人類	14	quỹ đạo	軌道（運轉軌道）
2	biến đổi khí hậu	氣候變化	15	hải lưu	海流
3	bầu khí quyển	大氣層	16	năng lượng	能源
4	thích ứng	適應	17	nhiên liệu hóa thạch	化石燃料
5	tác động	影響	18	quang hợp	光合作用
6	thực chất	實質；本質上來說	19	kỷ nguyên	時代
7	khắc nghiệt	嚴酷的	20	bóng râm	陰影；暗影
8	oi bức	悶熱；燠熱	21	hiệu ứng	效應；影響
9	bất thường	不尋常	22	bão bụi	沙塵暴
10	thảm họa	災難	23	băng tan	融冰
11	hạn hán	乾旱	24	chặt phá rừng	砍伐森林
12	sóng thần	海嘯	25	kỷ lục	記錄
13	hệ mặt trời	太陽系	26	hành tinh	星球

Đọc Hiểu 閱讀理解

1. Dựa vào nội dung bài đọc, trả lời các câu hỏi dưới đây.

1) Những thay đổi của khí hậu hiện nay được đánh giá như thế nào?

2) Hiện tượng biến đổi khí hậu đề cập đến trong bài được hiểu là gì?

3) Nguyên nhân của biến đổi khí hậu đến từ đâu?

4) Để điều chỉnh lượng khí CO2 trong bầu khí quyển thì trái đất cần gì?

5) Băng tan nhanh có ảnh hưởng thế nào đến trái đất?

6) Hiện tượng nắng nóng kéo dài có thể dẫn đến điều gì?

7) Hãy kể tên một số giải pháp để giảm ảnh hưởng xấu từ biến đổi khí hậu?

____

____

2. Chọn Đúng (Đ) hay Sai (S) theo nội dung của bài đọc.

1) ( ) Với công nghệ hiện đại, chúng ta có thể lập kế hoạch chính xác, thích ứng và giảm hậu quả của biến đổi khí hậu.

2) ( ) Biểu hiện của biến đổi khí hậu là thời tiết trở nên khắc nghiệt.

3) ( ) Nguyên nhân khách quan của biến đổi khí hậu đến từ việc con người sử dụng năng lượng, quá trình công nghiệp hóa và nạn chặt phá rừng.

4) ( ) Sự gia tăng lượng khí carbon dioxide và metan trong bầu khí quyển làm trái đất nóng lên.

5) ( ) Sử dụng nhiên liệu hóa thạch tạo ra một lượng lớn khí ôxy trong môi trường.

6) ( ) Lượng cây cối bị giảm đáng kể làm giảm bóng râm và là nguyên nhân gây ra lũ lụt, hạn hán.

7) ( ) Trong tương lai gần một số quốc đảo và thành phố sẽ chìm trong biển nước.

8) ( ) Nồng độ axit trong nước biển tăng cao mang lại nhiều lợi ích cho các loài sinh vật đại dương.

3. Chọn đáp án đúng nhất theo nội dung bài đọc.

1) ( ) Các hiện tượng phổ biến của biến đổi khí hậu được nhắc đến trong bài gồm:

A. Nắng nóng kéo dài

B. Nước biển dâng cao

C. Trái đất ấm lên

D. Cả A/B/C

2) (   ) Băng ở Bắc cực tan chảy nhanh có thể dẫn đến điều gì?

A. Làm tăng độ axit trong nước biển

B. Làm trầm trọng thêm tình trạng thiên tai, bão lụt

C. Đe dọa đến cuộc sống của các động thực vật ở Bắc cực

D. Cả A/B/C

3) (   ) Bài viết nhấn mạnh điều gì có thể giúp điều chỉnh lượng khí carbon dioxide trong bầu khí quyển:

A. Không sử dụng than làm chất đốt

B. Quá trình quang hợp của cây cối

C. Ưu tiên sử dụng các loại phương tiện chạy bằng điện

D. Sử dụng máy lọc không khí

4) (   ) Để hạn chế những hậu quả của biến đổi khí hậu, thế giới đã và đang cùng nhau:

A. Phát triển năng lượng xanh

B. Xây dựng khu đô thị thân thiện với môi trường

C. Áp dụng công nghệ mới vào cuộc sống để giảm lượng khí thải

D. Cả A/B/C

Luyện Tập Từ Vựng 詞彙練習

1. Theo nội dung bài đọc, tìm từ phù hợp với định nghĩa cho sẵn ở bên dưới.

nhìn nhận	biến đổi	thiên tai	kéo dài
khắc nghiệt	hiệu ứng	bao bọc	bất thường
thực chất	gia tăng	thích ứng	

1) ____________: Lùi thời gian kết thúc.
2) ____________: Che chở, bao khắp xung quanh.
3) ____________: Tăng thêm về số lượng hoặc chất lượng.
4) ____________: Nội dung thực có, cái cốt yếu bên trong của sự vật.
5) ____________: Đánh giá về một sự việc nào đó; thừa nhận một thực tế.
6) ____________: Thích nghi, thay đổi cho phù hợp với điều kiện hay yêu cầu mới.
7) ____________: Không theo thường lệ; (tính tình hay thời tiết) thay đổi đột ngột.
8) ____________: Thay đổi, chuyển biến (động từ); sự thay đổi khác với trước (danh từ).
9) ____________: Quá khắt khe đối với người khác; khó khăn đến mức khó chịu đựng nổi.
10) ____________: Những tai họa do thiên nhiên gây ra như: hạn hán, siêu bão, lũ lụt, sóng thần, ...
11) ____________: Sự biến đổi khi chịu một tác động nhất định (ví dụ: âm thanh, ánh sáng, nhà kính, cánh bướm, ...)

2. Chọn từ cho sẵn trong bảng ở phần 1 để hoàn thành các câu sau.

1) Sự việc này ____________ không nghiêm trọng như bạn nghĩ.
2) Vấn đề ____________ khí hậu đang thu hút sự quan tâm của toàn nhân loại bởi diễn biến phức tạp và những ảnh hưởng nghiêm trọng mà nó mang lại.

3) Chúng ta nên tư duy đa chiều, ____________ khách quan vấn đề trước khi đưa ra ý kiến.
4) Do ảnh hưởng của dịch bệnh nên chính phủ Việt Nam cho phép khách du lịch ____________ thời gian lưu trú.
5) Sa mạc sahara có tuyết rơi là một hiện tượng ____________ của tự nhiên.
6) Thuế giá trị ____________ đối với hầu hết hàng hóa thông thường ở Việt Nam là 10 %.
7) Những năm gần đây, ____________ nghiêm trọng liên tiếp xảy ra khiến con người phải xem lại hành động của chính mình.
8) Tiết mục biểu diễn của cô ấy sử dụng ____________ ánh sáng vô cùng đẹp.

3. Sử dụng các từ cho sẵn để điền vào chỗ trống.

1) Biến đổi / biến động

- Căng thẳng thương mại giữa Mỹ - Trung là nguyên nhân chính dẫn đến sự ____________ của giá vàng thế giới trong 3 tháng đầu năm nay.
- Đối với trẻ nhỏ, những ____________ lớn trong cuộc sống có thể dẫn đến biến động tâm lí của trẻ.
- Lạm phát và sự ____________ của chỉ số lạm phát có ảnh hưởng quan trọng tới các chỉ số kinh tế khác của một đất nước.

2) Cảnh báo / cảnh tỉnh

- ____________ là làm cho ai đó nhận ra những lỗi lầm mà sửa chữa; còn ____________ là báo cho biết có điều nguy hiểm.
- Các phương tiện truyền thông thường xuyên ____________ giới trẻ về những cạm bẫy và tác hại khi dùng mạng xã hội.
- Sự gia tăng của những hiện tượng thời tiết cực đoan đang là tiếng chuông ____________ chúng ta về ý thức bảo vệ môi trường sống.

3) **Trì hoãn / trì trệ**

- ___________ là hành động kéo dài thời gian; còn ___________ là việc lâm vào tình trạng phát triển chậm, không tiến lên được.
- Doanh nghiệp kinh doanh có đạo đức là một doanh nghiệp không trốn tránh và ___________ thực hiện các nghĩa vụ thuế cho nhà nước.
- Kết quả nghiên cứu cho thấy một bộ phận thanh niên ngày nay làm việc ngẫu hứng, thiếu kỷ luật, dẫn đến hiệu suất làm việc thấp, gây ___________ công việc chung của tổ chức.

4) **Dự kiến / dự định**

- ___________ là có ý kiến trước về điều có thể xảy ra; còn ___________ là hành động định trước những việc sẽ làm.
- Dù gặp một số khó khăn trong giải phóng mặt bằng, nhưng Chính phủ ___________ vẫn sẽ hoàn thành và đưa vào khai thác tuyến đường cao tốc Hà Nội - Huế trong đầu năm tới.
- Tại Việt Nam, quan điểm của bố mẹ có ảnh hưởng nhiều đến ___________ nghề nghiệp của con cái.

4. Viết thêm các từ liên quan đến danh mục dưới đây.

Biến đổi khí hậu:

____

____

Năng lượng:

____

____

Ngữ Pháp 語法筆記 ▸MP3-10.3

1) vì lợi ích của ... 「為了……著想」

⦿ Chính phủ thực hiện sứ mệnh của mình, thay mặt cho Đảng để quản lý, hoạt động vì độc lập của dân tộc, vì lợi ích của quốc gia và vì hạnh phúc của nhân dân.

政府實現使命並代表黨來進行管理與營運，是為了民族的獨立，為了國家利益，也是為了人民的幸福著想。

Giải thích 語法說明

– Cấu trúc này chỉ ra rằng mục đích của một việc làm nào đó là vì lợi ích của người khác; hoặc người nói đang đưa ra kế hoạch cho những việc anh ta chưa thực hiện.

– 本句型指出做某事的目的是為了他人的利益，或是說話者正為尚未執行的事提出計劃。

Ví dụ:

- Các chính sách trong khối ASEAN được đặt ra không **vì lợi ích của** riêng cá nhân một nước nào, mà là vì lợi ích chung của tất cả các thành viên trong khối.
- "Hiền tài là nguyên khí quốc gia" nên chúng ta cần hết sức chú trọng đến sự nghiệp trồng người, **vì lợi ích của** ____________________

  ____
- **Vì lợi ích của** nhân viên, ____________________

  ____
- ____________________

  ____
- ____________________

  ____

2) đừng nói đến ... 「更別說……」

◉ Cuộc sống của người dân vùng bị lũ lụt đang gặp rất nhiều khó khăn, cơm còn không nấu được để ăn chứ đừng nói đến thịt cá.

受水災影響地區人民的生活面臨許多困難，連飯都沒辦法煮來吃，更別說是魚和肉了。

Giải thích
語法說明

– Cấu trúc này mô tả một tình huống rất rõ ràng, như một điều hiển nhiên và không cần phải nói. "đừng nói đến" trong một số trường hợp có thể thay bằng từ "**huống chi**".

– 「đừng nói đến ...」（更別說……）後面的情況是顯而易見、不必多說的。「đừng nói đến」在某些情況下可以用「**huống chi**」（更何況）來做替換。

Ví dụ:

- Bố mẹ nói với anh ấy rằng mấy chuyện nhỏ này mà làm không xong thì **đừng nói đến** làm việc lớn cho xã hội.
- Đại biểu Quốc hội Nguyễn Thị Phúc nhấn mạnh vấn đề ô nhiễm không khí ở thành phố Hồ Chí Minh và cho rằng khi người dân hít thở còn nguy hiểm thì chúng ta **đừng nói đến** chuyện chất lượng cuộc sống đang được nâng cao.
- **Đừng nói đến** khách du lịch từ Châu Âu, ngay cả ____________

  ____
- ____

  ____
- ____

  ____
- ____

  ____

3) cuối cùng 「終於」

◉ Cuối cùng tôi cũng có được cơ hội đến Châu Âu để đi du lịch và gặp thần tượng của mình.

我終於得到去歐洲旅遊並見到我偶像的機會。

Giải thích
語法說明

– Ngữ pháp này biểu thị rằng sau một quá trình tương đối dài hoặc khó khăn, kết quả mong muốn cuối cùng đã xảy ra. Nếu kết quả không phải là điều mong đợi, bạn có thể sử dụng "**cuối cùng vẫn**".

– 「cuối cùng」（終於）表示經過較長過程，最後好不容易達到了所盼望的某種結果。如果不是所期盼的結果，可以用「**cuối cùng vẫn**」（終究還是）。

Ví dụ:

- Sau sáu năm học tập vất vả, **cuối cùng** cô gái xinh đẹp của tôi cũng đợi được đến ngày khoác lên mình chiếc áo blouse trắng của bác sĩ.
- Những ngày nghỉ tết **cuối cùng** cũng kết thúc, sinh viên ______
______
- Ông trời quả không phụ lòng người, sau bao vất vả **cuối cùng** ______
______
- ______
______
- ______
______
- ______
______

4) tiền tố "đồng – " 「前綴詞：đồng ...」

◉ Tiền tố "đồng" trong tiếng Việt có các từ như: đồng lòng, đồng sức, đồng đội, đồng niên, đồng bào, đồng chí, đồng phục, ...

前綴詞「đồng」在越南語中有很多搭配詞，如下面語法說明。

Giải thích 語法說明 –

đồng lòng	同心	đồng niên	同齡；同年
đồng sức	協力；協同合作	đồng bào	同胞
đồng đội	隊友；同袍	đồng phục	制服

Ví dụ:

- Tổng bí thư Nguyễn Phú Trọng nhấn mạnh để đạt được mục tiêu phát triển kinh tế xã hội mà Chính phủ đề ra không khó, chỉ cần: "Toàn Đảng, toàn dân có một chữ "đồng": **đồng tâm, đồng chí, đồng ý, đồng lòng,** ... sẽ làm được mọi việc."
- Với những người con đi làm ăn xa, tình **đồng hương** tại nơi xứ người thật trân quý biết bao.
- Đồng lòng: ______________________________
  ____
- Đồng niên: ______________________________
  ____
- ______________________________
  ____
- ______________________________
  ____
- ______________________________
  ____

Luyện Nói 口語練習

Hãy dùng ngữ pháp "vì lợi ích của ..." để hoàn thành câu hội thoại dưới đây.

1) *Nam:* Gần đây đài báo thường xuyên nói về vấn đề biến đổi khí hậu. Mình nghe vấn đề có vẻ rất nghiêm trọng, còn bạn thấy sao?

Hoa: ____

____

2) *Nam:* Tôi rất vui được hợp tác cùng công ty của quý ngài trong dự án lần này.

Đối tác: ____

____

3) *Đạt:* Cải cách giáo dục luôn hướng đến lợi ích của học sinh, sinh viên. Bạn có nghĩ vậy không?

Mai: ____

____

4) *Hà:* Bạn nghĩ tại sao giáo viên luôn yêu cầu học sinh làm nhiều bài tập về nhà như vậy?

Hậu: ____

____

Luyện Viết 寫作練習

1. Sử dụng cấu trúc "cuối cùng" để viết lại câu, có thể loại bỏ một số từ.

1) Biến đổi khí hậu làm cho thời tiết gần đây trở nên khắc nghiệt. Trận mưa chiều nay là trận mưa đầu tiên sau ba tháng nắng nóng liên tục.

2) Mẹ anh ấy bị bệnh tim rất nặng cần phải thay tim. Sau 1 tháng chờ đợi, may mắn đã mỉm cười với gia đình họ khi bác sĩ báo đã có người hiến tim.

3) Chuyện tình yêu của bạn tôi được ví như phim ngôn tình ngoài đời thực. Trải qua bao khó khăn, họ đã đến được với nhau và có một đám cưới đẹp như cổ tích.

2. Dùng cấu trúc "đừng nói đến ..." và các từ cho sẵn để viết thành câu hoàn chỉnh.

1) Quyển sách đắc nhân tâm / nhắc nhở chúng ta rằng / trong cuộc sống / cần cái tình / chuyện giàu nghèo, sang hèn / đối xử giữa người với người.

____

____

____

2) Trong khi các bậc cha mẹ / yên bề gia thất / thì giới trẻ ngày nay / mong con cái sớm trưởng thành / lại không muốn kết hôn / chuyện sinh con.

____

____

____

3) Dịch vụ 4G tại Việt Nam / chuyện lên công nghệ 5G / đã được cung cấp hơn 1 năm nay / chưa thực sự đạt / tuy nhiên chất lượng dịch vụ / tiêu chuẩn công nghệ 4G.

____

____

____

Bão cát bao phủ thành phố bên sông Brisbane – Úc

Em nhỏ ngồi trong một hồ nước gần cạn khô

Luyện Nghe 聽力練習 ▸MP3-10.4

Nghe nội dung và đánh dấu vào những thông tin đúng.

1) (　　) Diễn đàn "thanh niên hành động vì khí hậu" do cơ quan nào đứng ra tổ chức?
A. Đoàn thanh niên cộng sản Hồ Chí Minh
B. Cơ quan Liên Hợp Quốc
C. Sở Tài nguyên và Môi trường
D. Cả A/B/C đúng

2) (　　) Bao nhiêu quốc gia nhận được hỗ trợ trong việc ứng phó với biến đổi khí hậu:
A. Hơn 30 quốc gia　　B. Hơn 100 quốc gia
C. Gần 130 quốc gia　　D. Hơn 130 quốc gia

3) (　　) Tỷ lệ người tin rằng con người cần giảm khí thải nhà kính?
A. Khoảng 60%　　B. Hơn 60%
C. Khoảng 55%　　D. Hơn 55%

4) (　　) Tổng cục Biến đổi khí hậu là đơn vị thuộc Bộ nào?
A. Bộ Tài nguyên và Môi trường
B. Bộ Kế hoạch và Đầu tư
C. Bộ Nông nghiệp và Phát triển nông thôn
D. Bộ Tài chính

5) (　　) Đại diện của chương trình Phát triển Liên Hợp Quốc không nhắc đến điều gì?
A. Tuổi trẻ là nguồn sáng tạo
B. Thanh niên quyết định tương lai đất nước
C. Trao quyền cho thanh niên
D. Thanh niên là nguồn động lực lớn

Bài Tập Về Nhà 作業

1. Đặt câu với những từ và ngữ pháp cho sẵn.

1) thích ứng: ______________________________

____

2) khắc nghiệt: ______________________________

____

3) bất thường: ______________________________

____

4) thảm họa: ______________________________

____

5) năng lượng: ______________________________

____

6) băng tan: ______________________________

____

7) đồng lòng: ______________________________

____

8) đừng nói đến: ______________________________

____

9) vì lợi ích của: ______________________________

____

10) cuối cùng: ____

____

2. Đánh máy

1) Viết một bài luận ngắn về những điều con người có thể làm để giảm tác động tiêu cực của biến đổi khí hậu (từ 500 đến 1000 từ).
2) Người Việt có câu: "Một cây làm chẳng nên non, Ba cây chụm lại nên hòn núi cao". Hãy viết một bài luận ngắn về câu nói này.

Bài 11 Phúc lợi xã hội

社會福利

Phúc lợi xã hội thông qua hoạt động hỗ trợ và từ thiện

Ý Kiến Cá Nhân 個人意見

1. Kể tên các khoản chi phí của quốc gia cho phúc lợi xã hội mà bạn biết?

2. Bạn đã từng nhận được khoản phúc lợi xã hội nào chưa? Hãy kể tên.

3. Theo bạn phúc lợi xã hội có vai trò gì trong cuộc sống?

4. Bạn đánh giá thế nào về hệ thống phúc lợi xã hội của Đài Loan?

Bài Đọc 課文

MP3-11.1

Nói đến sự ưu việt của các nước phát triển nhiều người sẽ nhắc đến sự phồn vinh về kinh tế, an sinh xã hội và chế độ phúc lợi cao. Thông qua chế độ phúc lợi, Chính phủ các nước trợ giúp và bảo vệ người dân trước thiên tai và những sự cố ngoài ý muốn. Tuy nhiên, phúc lợi xã hội cao có thực sự tạo nên sự ổn định xã hội, góp phần giảm bất bình đẳng và nâng cao hạnh phúc cho người dân? Bài viết này sẽ phần nào giải đáp câu hỏi trên qua việc trình bày đôi nét cơ bản về phúc lợi xã hội, phân tích những thành công và thách thức của mô hình nhà nước phúc lợi, đồng thời đánh giá khái quát về chính sách phúc lợi xã hội ở Việt Nam.

Khái niệm phúc lợi xã hội thường được hiểu là "một bộ phận của thu nhập quốc dân, được dùng để thỏa mãn nhu cầu về vật chất và tinh thần của người dân trong xã hội, chủ yếu là phân phối ngoài phân phối theo lao động" [1] [2]. Phúc lợi xã hội bao gồm nhiều lĩnh vực như chính sách giáo dục, chăm sóc sức khỏe, trợ cấp thất nghiệp, xóa đói giảm nghèo, trợ cấp cho người có công với nước, trợ cấp thiên tai, v.v. Với nội dung đa dạng như vậy, phúc lợi xã hội có mục tiêu là giảm bất bình đẳng xã hội, bớt sự chênh lệch về thu nhập, đảm bảo các thành viên trong xã hội đều được hưởng thành quả của sự phát triển. Phúc lợi xã hội đặc biệt hỗ trợ cho các nhóm yếu thế, hướng tới một xã hội công bằng, văn minh và hạnh phúc cho người dân.

Cực kỳ gần với khái niệm phúc lợi xã hội là khái niệm "nhà nước phúc lợi". Nhà nước phúc lợi là một mô hình chính phủ, theo đó nhà nước cung cấp hàng loạt dịch vụ phúc lợi cho công dân của mình, những người có nhu cầu về chăm sóc y tế, giáo dục, và tài chính [3]. Mô hình nhà nước này được áp dụng tại một số nước Châu Âu trong hàng thập kỷ qua. Phúc lợi cao đã, đang và **tiếp tục** đem lại sự thịnh vượng cho các quốc gia này. Ví dụ, người dân Đan Mạch được hưởng chính sách an sinh trọn đời bao gồm hệ thống giáo dục và chăm sóc y tế miễn phí. Người dân Thụy Điển cũng nhận được phúc lợi rất cao; khi có con các cặp vợ chồng được nghỉ 480 ngày để chăm con và được giảm ¼ thời gian làm việc cho tới khi con 8 tuổi [4]. Tại Pháp, **bên cạnh** hệ thống bảo hiểm y tế gần như bao cấp hoàn toàn, thì phúc lợi **quan trọng nhất là** những khoản trợ cấp cho người thất nghiệp, người có thu nhập thấp và gia đình đông con. Người mất việc làm tại đây sẽ nhận được trợ cấp thất nghiệp từ 24 đến 36 tháng, với mức trợ cấp trung bình là 950 Euro/tháng, tương đương khoảng 24 triệu đồng/tháng.

Nhà nước phúc lợi có nhiều ưu việt nhưng trong bối cảnh hiện nay mô hình này đang gặp phải một số thách thức cần giải quyết. Thứ nhất, bản thân bộ máy Nhà nước không tạo ra tiền, nguồn tiền cho phúc lợi chủ yếu đến từ thuế và quốc trái. Xét từ góc độ kinh tế, chính sách phúc lợi cao là sự chuyển dịch một khối tài sản lớn từ tư nhân vào tay Chính phủ thông qua nộp thuế và Chính phủ với vai trò trung gian sẽ phân phối lại tài sản xã hội. Tuy nhiên, thu thuế cao không chỉ hướng đến tầng lớp trung lưu và thượng lưu. Người giàu bằng nhiều phương thức hợp lý **vẫn** có thể tránh thuế, **nhưng** người bình thường **thì ngược lại** lao động càng nhiều nộp thuế thu nhập càng cao. Thứ hai, phúc lợi cao làm giảm nỗ lực tìm việc của người thất nghiệp, gia tăng mâu thuẫn giàu nghèo từ suy nghĩ không làm mà hưởng. Thứ ba, phúc lợi xã hội cao còn gây nên văn hóa bần cùng, trường hợp của nhiều bậc cha mẹ ở Mỹ muốn con bỏ học để nhận khoản trợ cấp mù chữ 698 USD/tháng cho đến khi con đủ 18 tuổi là một ví dụ [5].

Tại Việt Nam, Văn kiện Đại hội XII của Đảng khẳng định cần gắn kết phát triển kinh tế với chính sách xã hội và nâng cao chất lượng cuộc sống của người dân. Những năm qua, Chính phủ đã rất nỗ lực trong việc bảo đảm các phúc lợi cơ bản về giáo dục, y tế, nhà ở cho người dân; cũng như trong các chính sách trợ giúp người khó khăn và người có công với nước. Bên cạnh thành tựu đạt được, các chính sách phúc lợi xã hội hiện vẫn bộc lộ một vài tồn tại. Để phù hợp với điều kiện kinh tế-xã hội mới, Chính phủ đang tăng cường xã hội hóa hoạt động phúc lợi, hoàn thiện tiêu chuẩn về tỷ lệ ngân sách cho phúc lợi hàng năm, đảm bảo gắn kết hài hòa giữa chính sách phúc lợi với năng lực kinh tế của đất nước.

Tài liệu tham khảo:

1. Hội Đồng Quốc Gia Chỉ Đạo Biên Soạn Từ Điển Bách Khoa (2011). Từ điển bách khoa Việt Nam Tập 4. *Nhà xuất bản Từ điển Bách khoa, Hà Nội.*
2. Đoàn Minh Huấn (2021). Bảo đảm phúc lợi xã hội trong nền kinh tế thị trường định hướng xã hội chủ nghĩa ở nước ta theo tinh thần Đại hội XIII của Đảng. *Tạp chí Cộng sản.*
3. Oxford University Press. (2017). Oxford Online Dictionary.
4. Kristof, N. (2012). Profiting from a Child's Illiteracy. *New York Times.*
5. Minh Ngọc (2019). Phúc lợi xã hội và thu thuế cao ở phương Tây có thực sự ưu việt. Trithucvn

Lao động, việc làm và chính sách xã hội

Suy thoái kinh tế và nguy cơ cắt giảm phúc lợi xã hội

Từ Mới 生詞

▸MP3-11.2

1	ưu việt	優越；優勢	15	trọn đời	一生
2	phồn vinh	繁榮；蓬勃發展	16	Thụy Điển	瑞典
3	phúc lợi	福利	17	bao cấp	補貼
4	sự cố	問題；事故	18	hoàn toàn	完全地
5	mô hình	模型；典範	19	trợ cấp	津貼；補貼
6	nhà nước phúc lợi	福利國家	20	thu nhập thấp	低收入
7	thỏa mãn	滿足	21	thất nghiệp	待業；失業
8	thành quả	成就	22	quốc trái	政府債券；國債
9	yếu thế	弱勢	23	tránh thuế	避稅
10	cực kỳ	非常；極其	24	thuế thu nhập	所得稅
11	an sinh xã hội	社會保障	25	gia tăng	提高；加強；增加
12	thịnh vượng	興盛；繁榮	26	mâu thuẫn	矛盾；衝突
13	Đan Mạch	丹麥	27	bần cùng	貧窮的；赤貧的
14	văn kiện Đại hội	國會決議	28	hài hòa	和諧

Đọc Hiểu 閱讀理解

1. Dựa vào nội dung bài đọc, trả lời các câu hỏi dưới đây.

1) Sự ưu việt của các nước phát triển được thể hiện qua điều gì?

____

____

2) Hãy kể tên những nội dung chính được nhắc đến trong bài?

____

____

3) Phúc lợi xã hội bao gồm những lĩnh vực chính nào?

____

____

4) Mục tiêu cơ bản của phúc lợi xã hội là gì?

____

____

5) Nhà nước phúc lợi được hiểu là gì và nó phổ biến ở đâu?

____

____

6) Hệ thống phúc lợi tại Đan Mạch có gì đặc biệt?

____

____

7) Từ góc độ kinh tế, phúc lợi xã hội cao được hiểu là gì?

____

____

2. Chọn Đúng (Đ) hay Sai (S) theo nội dung của bài đọc.

1) (   ) Mục tiêu của chính sách phúc lợi là làm giảm bất bình đẳng trong xã hội.

2) (   ) Phúc lợi xã hội đặc biệt hỗ trợ cho các nhóm yếu thế, hướng tới một xã hội công bằng.

3) (   ) Nhà nước phúc lợi có nền an sinh xã hội thấp hơn các nhà nước tư bản.

4) (   ) Phúc lợi cao kìm hãm sự phát triển kinh tế của các nhà nước phúc lợi.

5) (   ) Thụy Điển có chính sách giáo dục và hệ thống chăm sóc y tế miễn phí.

6) (   ) Phúc lợi xã hội cao làm giảm nỗ lực tìm việc làm trong một số trường hợp.

7) (   ) Chính phủ Việt Nam đã rất nỗ lực trong việc bảo đảm các phúc lợi cơ bản của người dân.

3. Chọn đáp án đúng nhất theo nội dung bài đọc.

1) (   ) Phúc lợi xã hội được hiểu là việc:

A. Lấy tiền của người giàu chia cho người gặp khó khăn

B. Dùng một bộ phận của thu nhập quốc dân để thỏa mãn nhu cầu của người dân trong xã hội

C. Phân phối tài sản xã hội dựa theo hiệu quả lao động

D. Chính phủ trợ giúp và bảo vệ người dân

2) ( ) Mục tiêu của phúc lợi xã hội gồm những nội dung nào?
A. Giảm bất bình đẳng trong xã hội
B. Xóa bớt sự chênh lệch về thu nhập
C. Đảm bảo các thành viên trong xã hội đều được hưởng thụ thành quả của sự phát triển
D. Cả A/B/C đúng

3) ( ) Nhà nước phúc lợi là một mô hình Chính phủ nơi mà:
A. Nhà nước đảm bảo một nền an sinh xã hội cao cho công dân của mình
B. Nhà nước do dân và vì dân
C. Nhà nước tôn trọng quyền tự do của con người
D. Cả A/B/C đúng

4) ( ) Một số thách thức mà nhà nước phúc lợi đang gặp phải gồm:
A. Nguồn tiền cho hoạt động phúc lợi là từ thu thuế hoặc quốc trái
B. Phúc lợi cao làm giảm nỗ lực tìm việc và gia tăng mâu thuẫn trong xã hội
C. Phúc lợi cao còn có thể gây nên văn hóa bần cùng
D. Cả A/B/C đúng

5) ( ) Để phù hợp với điều kiện kinh tế - xã hội mới, Chính phủ Việt Nam cần:
A. Khuyến khích người dân tham gia bảo hiểm xã hội tự nguyện
B. Tăng ngân sách cho phúc lợi xã hội
C. Gắn kết hài hòa giữa chính sách xã hội và năng lực kinh tế của đất nước
D. Cả A/B/C đúng

Luyện Tập Từ Vựng 詞彙練習

1. Theo nội dung bài đọc, tìm từ phù hợp với định nghĩa cho sẵn ở bên dưới.

sự cố	bần cùng	thành quả	bao cấp
bộc lộ	trợ cấp	quốc trái	gắn kết

1) ____________: Gắn bó với nhau không thể tách rời.

2) ____________: Làm lộ ra bên ngoài, hay nói ra điều sâu kín.

3) ____________: Cái quý giá đạt được trong một quá trình hoạt động.

4) ____________: Cấp tiền giúp đỡ người thiếu thốn, khó khăn.

5) ____________: Nghèo đến mức cùng cực; ở vào thế cùng.

6) ____________: Nợ nhà nước vay của người dân dưới hình thức một loại phiếu nhận nợ ngắn hạn hoặc dài hạn.

7) ____________: Hiện tượng bất thường, không hay xảy ra trong một quá trình hoạt động nào đó.

8) ____________: Cấp phát, phân phối cho người dân mà không tính toán hay không đòi hỏi hiệu quả kinh tế.

2. Chọn từ cho sẵn trong bảng ở phần 1 để hoàn thành các câu sau.

1) Máy bay của Malaysia đã gặp ____________ khiến toàn bộ hành khách biến mất bí ẩn.

2) ____________ thi đấu của đội tuyển thể thao Việt Nam tại Seagame còn cao hơn cả dự kiến.

3) Cuộc sống ____________ cũng không khiến anh ấy sa ngã.

4) Cậu bé dù rất nhỏ tuổi nhưng đã sớm ____________ được tài năng âm nhạc thiên bẩm của mình.

5) Nhà nước có chính sách ____________ cho người cao tuổi gặp khó khăn.

6) Tôi thường nghe bố mẹ nhắc đến những khó khăn trong thời kỳ ____________của Việt Nam.

7) Với cương vị là lớp trưởng, tôi có trách nhiệm ____________ các bạn sinh viên trong lớp.

3. Sử dụng các từ cho sẵn điền vào chỗ trống.

1) Phúc lợi / phúc lộc

- ____________ biểu tả vận may và của cải; còn ____________ là lợi ích mà nhà nước, tổ chức dành cho người dân và người lao động.
- Những ngày cận Tết, người dân trên cả nước ai ai cũng tìm mua những món đồ tượng trưng cho ____________ để cầu mong một năm mới ngập tràn may mắn.
- Các công ty cần đầu tư vào ____________ cho nhân viên bởi theo nhiều nghiên cứu thì hạnh phúc của nhân viên làm nên lợi nhuận lâu dài cho công ty.

2) Trợ cấp / trợ giúp

- ____________ là cấp tiền giúp đỡ người thiếu thốn, khó khăn; còn ____________ nghĩa là hỗ trợ, giúp đỡ về mặt vật chất hoặc tinh thần cho bớt khó khăn.
- Chính sách xã hội không chỉ ____________ người nghèo, người yếu thế mà còn đền ơn tới những người có công với đất nước.
- Các nước tiên tiến như Thụy Sỹ, Pháp và Đức đang báo động về vấn đề mạo danh thất nghiệp để nhận ____________ mất việc làm.

3) Công bằng / công tâm

- Để thực hiện ____________ xã hội đòi hỏi chúng ta xử lý hài hoà các mối quan hệ lợi ích trong xã hội.
- Mục tiêu của Việt Nam là “xây dựng một xã hội dân giàu, nước mạnh, ____________, dân chủ và văn minh”.
- Cán bộ cần ____________ trong công việc, trong ứng xử, không thiên vị, không tạo oan sai thì người dân mới kính trọng và nể phục.

4. Viết thêm các từ liên quan đến danh mục dưới đây.

Phúc lợi:

An sinh xã hội:

Ngữ Pháp 語法筆記

▶MP3-11.3

1) cực kỳ 「非常 / 極度」

◉ Gia đình có vai trò cực kỳ quan trọng trong sự hình thành và phát triển nhân cách của trẻ nhỏ.

家庭對幼兒的人格定型及發展扮演極度重要的角色。

Giải thích 語法說明

– "cực kỳ" được sử dụng khi người nói cảm thấy rằng người nghe hiểu lầm hoặc hiểu chưa rõ về một chủ đề. Ngữ pháp này nhấn mạnh sự đối ngược hoặc một mức độ cao hơn so với điều người khác nghĩ.

– 「cực kỳ」（非常 / 極度）用於當說話者認為聽者對某個主題有所誤會或尚未瞭解清楚時。本文法強調與對方所想的有所衝突或比對方原本認為的程度更高。

Ví dụ:

- Phim "Hà Nội 30 ngày đêm" là một trong những bộ phim **cực kỳ** cuốn hút về đề tài chiến tranh chống Mỹ tại Việt Nam.
- Mạng di động Viettel luôn đi đầu trong cải tiến dịch vụ và triển khai nhiều gói cước **cực kỳ** hấp dẫn như cung cấp dịch vụ 4G không giới hạn với ưu đãi chỉ 20.000 đồng / tháng.
- Cuộc sống là một hành trình **cực kỳ** ____________________
- ____________________
- ____________________
- ____________________

2) tiếp tục + V 「持續……下去」

◉ Bộ giáo dục đang tiếp tục nghiên cứu để đổi mới trong công tác dạy và học ngoại ngữ tại Việt Nam.

越南的教育部正在持續研究以改革外語的教學及學習方式。

Giải thích
語法說明

– “tiếp tục” được theo sau bởi một động từ, nó cho thấy rằng một hành động hoặc tình huống vẫn tiếp tục.

–「tiếp tục」(持續……下去)後方為動詞，表示動作或情況的繼續。

Ví dụ:

- “Phát huy dân chủ, **tiếp tục** xây dựng Nhà nước pháp quyền xã hội chủ nghĩa của nhân dân, do nhân dân, vì nhân dân” là tên cuốn sách được phát hành năm 2011 của Tổng bí thư Nguyễn Phú Trọng.
- Bộ y tế nhanh chóng hoàn tất thủ tục nhập khẩu vắc xin COVID-19 từ Anh, đồng thời **tiếp tục** đẩy nhanh việc nghiên cứu và thử nghiệm loại vắc xin sản xuất trong nước.
- Chính phủ đang chỉ đạo các doanh nghiệp Nhà nước **tiếp tục** ________
- ________
- ________
- ________
- ________

3) bên cạnh ..., SV / VP quan trọng nhất là ... 「除了……，最重要的是……」

◉ Trong cuộc sống của chúng ta bên cạnh tình yêu, điều quan trọng nhất là sức khỏe.

在我們的人生中，除了愛情，最重要的是健康。

Giải thích 語法說明

– Đằng sau "bên cạnh" có thể là một danh từ hay động từ để chỉ điều này hoặc tình huống này không thực sự quan trọng, điều hoặc tình huống quan trọng nhất được đặt ở vế sau.

– 「bên cạnh ..., SV / VP quan trọng nhất là ...」（除了……，最重要的是……）這個句型當中，「bên cạnh」後面可以是一個名詞或動詞，用來指某事或某情況不太重要，而最重要的某事或某情況則放在後方句子。

Ví dụ:

- Để cải thiện khả năng tiếng Việt, **bên cạnh** việc luyện phát âm, học từ mới và ngữ pháp, phương pháp học **quan trọng nhất là** nghe các bản tin tiếng Việt và đừng xem phần phụ đề.
- Để đối phó với tình hình dịch bệnh lần này, **bên cạnh** ________________
- ________________
- ________________
- ________________
- ________________

4) vẫn ..., nhưng ... thì ngược lại ... 「依然……，(但)……卻相反……」

◉ Cuộc sống vẫn tiếp diễn, nhưng chúng ta thì ngược lại, thời gian chúng ta có là hữu hạn nên hãy sống thật hạnh phúc, đừng lãng phí thời gian để rồi hối tiếc.

生活依然在繼續，但我們卻相反，我們的時間有限，所以要活得快樂點，不要浪費時間而在將來後悔。

Giải thích
語法說明

– Cấu trúc này được sử dụng để so sánh các tác động tích cực hoặc tiêu cực của hai trường hợp. Lưu ý rằng cấu trúc này chứa hai ngữ pháp, nghĩa phức tạp hơn, nên cần chú ý đến mối quan hệ logic giữa vế trước và vế sau khi sử dụng nó.

– 「vẫn ..., nhưng ... thì ngược lại ...」（依然……，（但）……卻相反……）用來比較兩個情況的正面或負面影響。本句型含有兩個文法，含義較為複雜，因此使用時需注意句子前後之邏輯關係。

Ví dụ:

- Mọi người **vẫn** tưởng rằng làm nghề marketing thì sẽ hay tiếp xúc và giỏi trong giao tiếp, **nhưng** anh ấy **thì ngược lại**, anh ấy sống nội tâm và luôn khép mình với thế giới bên ngoài.
- Người vợ thường **vẫn** hay có tính làm thinh khi giận chồng, **nhưng** người chồng **thì ngược lại**, họ muốn làm cho ra nhẽ mỗi khi có chuyện hiểu lầm.
- ____________________
- ____________________
- ____________________

Luyện Nói 口語練習

Hãy dùng ngữ pháp đã học "cực kỳ" để hoàn thành câu hội thoại dưới đây.

Ví dụ:

Nam: Mình nghe nói bạn mới chuyển đến khu chung cư mới. Điều kiện sống ở đó tốt chứ?

Hoa: À khu chung cư đó đã xây 3 năm rồi, không gian **cực kỳ** mát mẻ, nhiều cây xanh, phòng ốc rộng và sạch. Nói chung là rất tốt bạn ạ.

1) *Nam:* Mai thật xinh đẹp nhưng ăn mặc rất giản dị. Quần áo của cô ấy không hợp thời trang chút nào. Nhà cô ấy nghèo lắm sao?

Hòa: ______________________________

____

2) *Hợp:* Không phải chúng ta sẽ vào học lúc 10 giờ sao? Tại sao bạn còn ngồi ăn ở đây vậy?

Đối tác: ______________________________

____

3) *Hảo:* Bạn thấy bạn học mới vào lớp chúng ta thế nào? Có vẻ như bạn ấy rất ít nói thì phải.

Bắc: ______________________________

____

Luyện Viết 寫作練習

1. Dùng cấu trúc "bên cạnh ..., quan trọng nhất là ..." và nối các vế để tạo thành 1 câu phù hợp.

1) Bên cạnh đầu tư tiền để xử lý rác thải thì	sống có ích và làm nhiều điều tốt cho người khác.
2) Bên cạnh việc tiết kiệm thời gian thì cần hiểu thời gian	phải tuyên truyền cho toàn dân hiểu được vai trò của việc bảo vệ môi trường.
3) Để có cuộc sống hạnh phúc, bên cạnh việc sống khỏe thì	việc làm cho những người thân sống bên ta hạnh phúc.
4) Bên cạch làm việc để theo đuổi ước mơ thì công việc	hiện tại bởi đây là thời điểm duy nhất mà chúng ta có thể làm chủ được.
5) Nếu muốn thành công, bên cạnh việc nỗ lực thì	đặt cho mình những mục tiêu khả thi và có lộ trình cụ thể để thực hiện chúng.

1) ______________________________

____

____

2) ______________________________

____

____

3) ______________________________

____

____

4) ______________________________

____

____

5) ______________________________

____

____

2. Dùng cấu trúc "vẫn ..., nhưng ... thì ngược lại" để viết thành câu hoàn chỉnh.

1) Theo thời gian, nét văn hóa Trung Hoa truyền thống **vẫn** ______________

____

2) Dù dịch bệnh, ba mẹ tôi **vẫn** đi làm ______________

____

3) Ban tổ chức cho biết cuộc bầu cử này **vẫn** diễn ra ______________

____

4) Bạn có tiếc nuối thì quá khứ **vẫn** không thể thay đổi, ______________

____

5) Người ta **vẫn** thường nói nỗi nhớ nào rồi cũng nhạt phai, nhưng ______

____

Luyện Nghe 聽力練習

▸MP3-11.4

Nghe nội dung và đánh dấu vào những thông tin đúng.

1) (　　) Lễ ký bản ghi nhớ được tổ chức khi nào và ở đâu?
A. Ngày 18/08 tại Hà Nam
B. Ngày 28/08 tại Hà Nội
C. Ngày 26/08 tại Hà Nội
D. Ngày 28/08 tại Hà Nam

2) (　　) Đại diện phía Việt Nam tham dự lễ ký kết có đơn vị nào?
A. Thứ trưởng Bộ Lao động - Thương binh và Xã hội
B. Lãnh đạo cục bảo trợ xã hội
C. Các trường đại học
D. Cả A/B/C đúng

3) (　　) Đại diện phía Hàn Quốc tham dự buổi lễ có ai?
A. Đại diện các cơ quan về Phúc lợi xã hội
B. Đại diện Đại sứ quán Hàn Quốc
C. Thứ trưởng Bộ Y tế và Phúc lợi xã hội
D. Cả A/B/C đúng

4) (　　) Quan hệ ngoại giao giữa hai nước đã thiết lập được bao nhiêu năm?
A. 30 năm
B. 35 năm
C. 50 năm
D. 55 năm

5) (　　) Nhiệm vụ trọng tâm trong lĩnh vực phúc lợi xã hội của Việt Nam là:
A. Đảm bảo quyền lợi cho nhóm yếu thế
B. Học hỏi kinh nghiệm trong lĩnh vực phúc lợi xã hội của Hàn Quốc
C. Đảm bảo an sinh xã hội cho người dân với mục tiêu không để ai bị lại phía sau
D. Cả A/B/C đúng

Bài Tập Về Nhà 作業

1. Đặt câu với những từ và ngữ pháp cho sẵn.

1) ưu việt: ______________________________

____

2) phúc lợi: ______________________________

____

3) mô hình: ______________________________

____

4) thành quả: ______________________________

____

5) trọn đời: ______________________________

____

6) trợ cấp: ______________________________

____

7) thất nghiệp: ______________________________

____

8) cực kỳ: ______________________________

____

9) tiếp tục: ______________________________

____

10) bên cạnh ... quan trọng nhất là: ______________________

____

11) vẫn ..., nhưng ... thì ngược lại: ______________________

____

2. Đánh máy

1) Viết một bài luận ngắn về tình hình phúc lợi xã hội của Đài Loan (từ 500 đến 1000 từ).
2) Chọn một vài hình ảnh về chủ đề "Phúc lợi xã hội" và đưa ra ý kiến cá nhân của mình về nội dung đó.

Bài 12 Ngoại Giao

外交

Các quốc kỳ của một thế giới hạnh phúc tung bay trong gió

Ý Kiến Cá Nhân 個人意見

1. Hãy trình bày ý kiến của bạn về vai trò của hoạt động ngoại giao?

2. Theo bạn, ngoại giao và toàn cầu hóa có ảnh hưởng gì đến nhau?

3. Trình bày ý kiến cá nhân về câu nói của Isaac Newton: "Chúng ta xây quá nhiều tường và chẳng đủ cầu - We build too many walls and not enough bridges".

4. Lấy ví dụ về tác động của ngoại giao tới hoạt động xúc tiến du lịch?

Bài Đọc 課文

▸MP3-12.1

NGOẠI GIAO VÀ NGÀNH DU LỊCH

Hoạt động ngoại giao có vai trò quan trọng trong sự phát triển kinh tế - xã hội của đất nước. Ngoại giao tốt thì quan hệ kinh tế sẽ có điều kiện phát triển. Kinh tế vừa là cái đích, vừa là phương tiện để ngoại giao thực hiện mục tiêu của mình. Bài viết này sẽ đề cập đến mối quan hệ của ngoại giao với một ngành kinh tế đặc biệt, ngành du lịch.

Là nước có nền văn hóa đậm bản sắc dân tộc, với nhiều di sản thiên nhiên đẹp và bờ biển dài, Việt Nam có tiềm năng lớn để phát triển ngành du lịch. Theo số liệu của Bộ Văn hóa, Thể thao và Du lịch, tổng thu từ du lịch năm 2018 đạt 620.000 tỷ đồng, tương đương với 27 tỷ USD. **Mới** 6 tháng đầu năm 2019 tổng thu toàn ngành du lịch **đã** đạt 338.200 tỷ đồng, tăng 8,4% so với cùng kỳ 2018 [1]. Xét **từ** khi mở cửa nền kinh tế **đến nay** cơ sở vật chất ngành du lịch của Việt Nam đã phát triển cả về bề rộng lẫn bề sâu, đáp ứng tốt cho nhu cầu ngày càng cao của du khách. Để đạt được những thành tích trên, ngành du lịch Việt Nam đã phải vượt qua nhiều thách thức và hoạt động ngoại giao đóng một vai trò quan trọng trong quá trình ấy.

Trong nhiều năm gần đây, khi chủ trì các hoạt động đối ngoại của Nhà nước, Bộ Ngoại giao Việt Nam đã chủ động lồng ghép các nội dung ngoại giao với nội dung về quảng bá và giới thiệu cơ hội đầu tư vào lĩnh vực du lịch [2]. Bộ đã **không ngừng** triển khai các chương trình gặp gỡ địa phương, giúp các tỉnh quảng bá hình ảnh du lịch và thu hút đầu tư. Bộ cũng xúc tiến các chương trình ở nước ngoài **bao gồm nhiều** hoạt động **như** thông qua cơ quan đại diện ngoại giao của Việt Nam mở các hoạt động quảng bá văn hóa và du lịch. Những hoạt động này đã thu hút được sự quan tâm và ấn tượng sâu sắc của công chúng các nước sở tại về con người và đất nước Việt Nam.

Bộ Ngoại giao còn trực tiếp mời và hỗ trợ nhiều hãng báo chí nước ngoài có uy tín tới thực hiện phóng sự, viết bài quảng bá du lịch Việt Nam. Hoạt động ngoại giao mà **quan trọng nhất là** ngoại giao văn hóa đã giúp ngành du lịch Việt Nam đạt được nhiều kết quả đáng ghi nhận. Bộ Ngoại giao còn chuẩn bị tốt các điều kiện để UNESCO công nhận nhiều di sản vật thể và phi vật thể của Việt Nam, tạo tiền đề để ngành du lịch Việt phát triển lên một tầm cao mới.

Trong bối cảnh hội nhập quốc tế, Bộ Văn hóa, Thể thao và Du lịch cần phối hợp chặt chẽ với Bộ Ngoại giao, đẩy mạnh nghiên cứu, thông tin về xu thế phát triển du lịch trong khu vực và trên thế giới. Phát huy thế mạnh của mạng lưới cơ quan đại diện, Bộ Ngoại giao Việt Nam cần hỗ trợ tìm hiểu và phổ biến kinh nghiệm quốc tế về nâng cao chất lượng và sức cạnh tranh của dịch vụ du lịch. Sự phối hợp giữa hai Bộ sẽ tạo đà cho sự phát triển của ngành du lịch, ngược lại du lịch phát triển tốt cũng góp phần mở đường cho quan hệ ngoại giao phát triển.

Tài liệu tham khảo:

1. Thanh Thanh (2019). 6 tháng đầu năm 2019: Tổng thu từ du lịch đạt 338.200 tỷ đồng. *Báo Thương Trường.*
2. Vũ Bảo (2019). Ngoại giao văn hóa đóng vai trò quan trọng trong việc quảng bá hình ảnh Việt Nam. *Báo văn hóa điện tử.*

Bình minh trên cây Cầu Vàng tại Bà Nà Hills

Từ Mới 生詞

▸MP3-12.2

1	cái đích	目標；目的地	12	lồng ghép	連接成一個整體；整合
2	bản sắc dân tộc	民族本色；國家認同	13	quảng bá	宣傳；推廣
3	di sản thiên nhiên	自然遺產	14	triển khai	部署；展開
4	tiềm năng	潛力	15	xúc tiến	促進；增進
5	tổng thu	總收入	16	ấn tượng	印象深刻
6	tương đương	相當的；折算的	17	nước sở tại	所處國；所在國
7	cùng kỳ	同一時期	18	hỗ trợ	支持
8	chủ trì	主持	19	ghi nhận	公認並記錄；明確承認
9	đối ngoại	外交事務	20	đại diện	代表
10	Bộ Văn hóa, Thể thao và Du lịch	文化、體育和旅遊部	21	di sản vật thể	物質文化遺產（有形文化遺產）
11	mạng lưới	網絡（像網一樣的組織或系統：交通網絡、通信網絡）	22	di sản phi vật thể	非物質文化遺產

Đọc Hiểu 閱讀理解

1. Dựa vào nội dung bài đọc, trả lời các câu hỏi dưới đây.

1) Nội dung chính của bài viết này là gì?

____

____

2) Việt Nam có tiềm năng gì để phát triển du lịch?

____

____

3) Bộ Ngoại giao đã chủ động làm gì khi chủ trì các hoạt động ngoại giao?

____

____

4) Bộ Ngoại giao tổ chức các chương trình gặp gỡ địa phương với mục đích gì?

____

____

5) Bộ Ngoại giao đã mời ai đến thực hiện phóng sự về du lịch Việt Nam?

____

____

6) Lĩnh vực ngoại giao nào giúp thúc đẩy sự phát triển của ngành du lịch?

____

____

2. Chọn Đúng (Đ) hay Sai (S) theo nội dung của bài đọc.

1) ( ) Ngoại giao là mục tiêu của phát triển kinh tế.

2) ( ) Việt Nam có nhiều di sản thiên nhiên đẹp với đường bờ biển dài.

3) ( ) Ngành du lịch Việt đang phát triển về bề rộng, chưa phát triển về bề sâu.

4) ( ) Bộ Ngoại giao đang tổ chức tuần lễ du lịch biển tại các Đại sứ quán của Việt Nam.

5) ( ) Bộ Văn hóa, Thể thao và Du lịch Việt Nam cần phối hợp chặt chẽ với Bộ Ngoại giao để đẩy mạnh nghiên cứu, thông tin về các xu thế phát triển du lịch trên thế giới.

6) ( ) Du lịch phát triển tốt cũng góp phần mở đường cho quan hệ ngoại giao phát triển.

3. Chọn đáp án đúng nhất theo nội dung bài đọc.

1) ( ) Mối quan hệ giữa ngoại giao và kinh tế được hiểu là:
A. Kinh tế là công cụ của ngoại giao
B. Phát triển kinh tế là một trong các đích đến của ngoại giao
C. Kinh tế không trực tiếp ảnh hưởng đến ngoại giao
D. Cả A/B/C

2) ( ) Doanh thu từ ngành du lịch năm 2019 được đánh giá thế nào:
A. Tăng trưởng chậm hơn so với năm 2018
B. Doanh thu từ khách nội địa tăng gấp đôi so với năm 2018
C. Tổng thu 6 tháng đầu năm tăng so với cùng kỳ năm trước
D. Lượng khách nước ngoài tăng đột biến so với năm 2018

3) ( ) Hoạt động của Bộ Ngoại giao nhằm hỗ trợ ngành du lịch gồm:
A. Triển khai nhiều chương trình gặp gỡ địa phương
B. Lồng ghép các nội dung ngoại giao với nội dung quảng bá du lịch
C. Thông qua cơ quan đại diện, tổ chức các chương trình xúc tiến du lịch ở nước ngoài
D. Cả A/B/C

4) (　　) Đơn vị hỗ trợ và mời nhiều hãng báo chí nước ngoài có uy tín đến viết bài về du lịch Việt Nam là:

A. Bộ Văn hóa, Thể thao và Du lịch

B. Bộ Tài chính

C. Bộ Công Thương

D. Bộ Ngoại giao

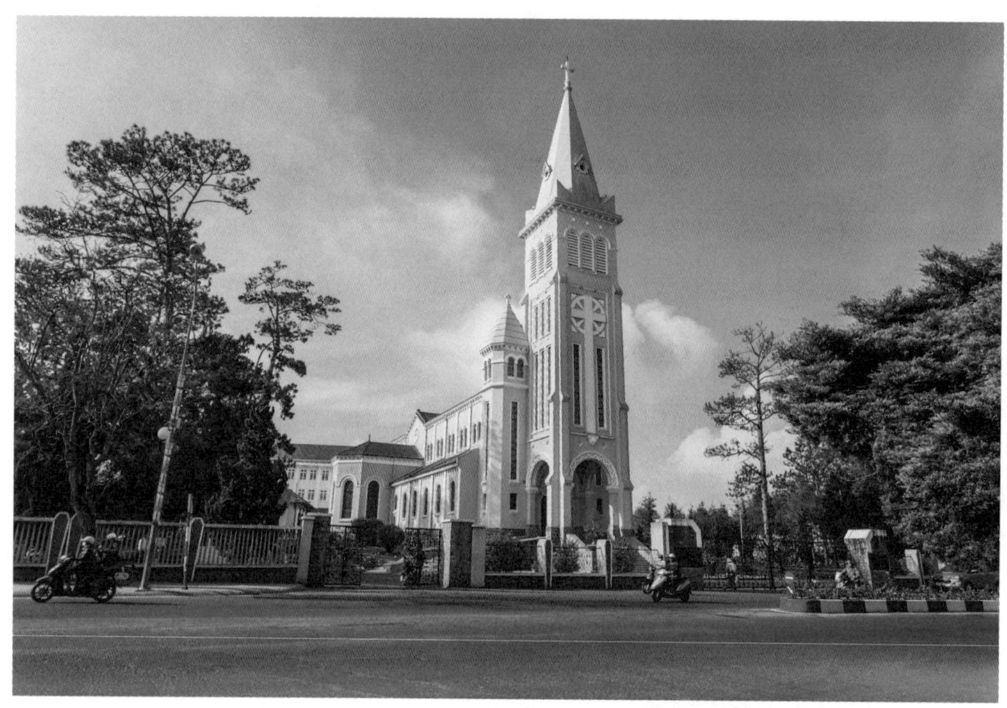

Nhà thờ chính tòa Đà Lạt, Việt Nam

Luyện Tập Từ Vựng 詞彙練習

1. Theo nội dung bài đọc, tìm từ phù hợp với định nghĩa cho sẵn ở bên dưới.

ấn tượng	chủ trì	phương tiện
mục tiêu	chủ động	triển khai
bề sâu	đại diện	phóng sự

1) ____________: Cái cần có để làm một việc gì hay để đạt một mục đích.
2) ____________: Kết quả cần đạt tới, đích để nhằm vào.
3) ____________: Điều khiển và chịu trách nhiệm chính về công việc.
4) ____________: Mở rộng ra trên quy mô lớn.
5) ____________: Thay mặt cho cá nhân hoặc tập thể.
6) ____________: Được hiểu là chất lượng dịch vụ hay các giá trị chìm.
7) ____________: Tin tức về những việc có thật, mang tính thời sự xã hội.
8) ____________: Hình ảnh gây cảm xúc mạnh mẽ, tạo thành dấu ấn trong nhận thức.
9) ____________: Tự mình quyết định hành động, không chịu ảnh hưởng của người khác.

2. Chọn từ cho sẵn trong bảng ở phần 1 để hoàn thành các câu sau.

1) Cuộc họp hôm nay được ____________ bởi Tổng giám đốc.
2) Chúng tôi tiến hành một ____________ ngắn về cuộc sống của du học sinh Đài Loan tại Việt Nam.
3) Những câu trả lời thông minh của cô ấy đã để lại ____________ sâu sắc cho nhà tuyển dụng.
4) Chính phủ yêu cầu các địa phương chủ động ____________ chiến dịch trồng cây gây rừng vì môi trường.
5) Anh ấy ____________ cho Hội sinh viên lên phát biểu vào ngày khai giảng của trường.
6) Đến thăm Cố đô Huế giúp tôi hiểu hơn về ____________ văn hóa và lịch sử của nước Việt.

7) Các sinh viên của tôi luôn ____________ và sáng tạo trong quá trình học tập.

3. Sử dụng các từ cho sẵn điền vào chỗ trống.

1) Ngoại giao / xã giao

- ____________ là cư xử, giao tiếp bình thường trong xã hội, nó còn thể hiện phép lịch sự giữa người và người. Ví dụ: cười xã giao, chào hỏi xã giao.
- Xu hướng chung của thế giới là giải quyết mọi tranh chấp bằng con đường ____________.

2) Triển khai / phát triển

- ____________ là sự mở rộng ra trên quy mô lớn. Ví dụ: công trình đường cao tốc Hà Nội – Huế sẽ ____________ chậm tiến độ 1 tháng.
- ____________ là thay đổi theo hướng tăng lên hay tốt hơn. Ví dụ: ____________ kinh tế là nhiệm vụ đặc biệt quan trọng trong thời kỳ hội nhập.

3) Hợp tác / phối hợp

- ____________ là cùng hành động hỗ trợ lẫn nhau. Ví dụ: Việt Nam và Hàn quốc cùng ____________ trong nhiều lĩnh vực như chăm sóc sức khỏe, năng lượng và an sinh xã hội.
- ____________ tức là cùng làm với nhau, vì mục đích chung. Ví dụ: Lợi ích kinh tế thúc đẩy Việt Nam và Đài Loan ____________với nhau trên nhiều lĩnh vực.

4. Xem hình ảnh bên dưới và viết các từ liên quan đến danh mục dưới đây.

Ngoại giao:

____

____

____

Du lịch:

____

____

____

Các thành viên trong Diễn đàn Hợp tác Kinh tế Châu Á-Thái Bình Dương

Các biểu tượng và kiến trúc văn hóa truyền thống ở Việt Nam

Ngữ Pháp 語法筆記 ▸MP3-12.3

1) bao gồm nhiều ... như ... 「包括很多……比如……」

◉ Hoạt động ngoại giao bao gồm nhiều lĩnh vực như ngoại giao chính trị, ngoại giao kinh tế và ngoại giao văn hóa.

外交活動包括很多領域，比如政治外交、經濟外交、文化外交等。

Giải thích 語法說明

– Mẫu câu này được dùng để liệt kê các sự vật, sự việc; nêu ra làm thí dụ.

–「bao gồm nhiều ... như ...」（包括很多……比如……）用於列出多個事物和事件，舉出例子。

Ví dụ:

- Ẩm thực Đài Loan rất phong phú, **bao gồm nhiều** món ngon **như** mỳ bò, bánh bao hấp lồng, đậu phụ thối, trà sữa, v.v.
- Chăm sóc da mặt **bao gồm nhiều** ______________________________
- Lĩnh vực quản lý của cục di dân **bao gồm nhiều** ______________________________
- ______________________________
- ______________________________
- ______________________________
- ______________________________

2) quan trọng nhất là 「最主要的是……/最重要的是……」

◉ Ngoại giao quan trọng nhất là giữ được hòa bình, ổn định, để mở đường cho kinh tế - xã hội phát triển.

外交最主要的是維護和平與穩定，為社會與經濟的發展鋪路。

Giải thích
語法說明

– Cụm từ này dùng để thể hiện một điều gì đó là lý do (hoặc yếu tố) lớn nhất cho tình huống được đề cập trước đó.

– 「quan trọng nhất là」（最主要的是……/最重要的是……）用來表示某情況或事物是前面所提之狀況的最主要原因或要素。

Ví dụ:

- Sống ở đời, thứ **quan trọng nhất là** sức khỏe chứ không phải là tiền bạc, địa vị.
- Trong cuộc sống, ngoài người bạn **quan trọng nhất là** ____________
  ____
- Theo tôi, vẻ đẹp **quan trọng nhất** của con người **là** ____________
  ____
- ____
  ____
- ____
  ____
- ____
  ____
- ____
  ____

3) không ngừng 「不停地 / 不斷地」

◉ "Học, học nữa, học mãi!" là khẩu hiệu nhắc nhở thế hệ trẻ không ngừng học tập, trau dồi bản thân vì một tương lai tươi sáng cho đất nước.

「學習，學習更多，永遠學習！」是一個提醒年輕世代為了國家的美好未來，要不斷學習並培養自我的口號。

Giải thích 語法說明

– "không ngừng" được sử dụng để diễn tả một hành động xảy ra liên tục, không dừng lại.

– 「không ngừng」（不停地 / 不斷地）用來表達一個持續發生的動作沒有停止。

Ví dụ:

- Cách mạng 4.0 tạo môi trường cạnh tranh nơi các thiết bị công nghệ **không ngừng** được đổi mới, nhưng nó cũng đặt con người vào thế bất lợi khi so sánh với trí tuệ nhân tạo.
- Xã hội luôn **không ngừng** phát triển, ______________________
____
- Cuộc sống **không ngừng** thay đổi, ______________________
____
- ______________________________________
____
- ______________________________________
____
- ______________________________________
____

4) mới ... đã ... 「只……就…… / 才……就……」

◉ Cô ấy mới học tiếng Việt được hai năm đã có thể giao tiếp rất tốt vậy sao?

她才學兩年越南語就可以溝通地這麼好喔？

Giải thích 語法說明

– Mẫu câu này được dùng để nhấn mạnh rằng số lượng hoặc chất lượng của sự việc lớn hơn mong đợi.

– 「mới ... đã ...」（只……就…… / 才……就……）用於強調某事物的數量或品質比預期的還多或更好。

Ví dụ:

- Cô ấy hát hay quá! Tôi **mới** nghe **đã** thích rồi.
- Kim Ung-Yong là người có chỉ số IQ cao nhất thế giới. Khi anh **mới** 4 tuổi **đã** ______________________________
____
- Mảnh đất này anh ấy **mới** mua xong **đã** ______________
____
- ______________________________
____
- ______________________________
____
- ______________________________
____
- ______________________________
____

5) từ ... đến nay, 「自從……以來，」

◉ Từ khi tham gia WTO đến nay, Việt Nam đã thu hút được nhiều vốn đầu tư nước ngoài, tạo đà cho phát triển kinh tế.

自從加入 WTO 以來，越南吸引了大量外國投資資本，為經濟發展創造了動力。

Giải thích
語法說明

– Mẫu câu này dùng để diễn tả một khoảng thời gian, từ thời điểm nào đó đến bây giờ (thời điểm này).

– 「từ ... đến nay,」（自從……以來，）用於表達某段時間，表示從某個時間點到現在。

Ví dụ:

- **Từ** lúc mua chiếc xe ô tô này **đến nay** đã 10 năm, nhưng nó chưa hề có bất kỳ hỏng hóc nào lớn.
- Nam học rất giỏi nên **từ** khi vào đại học **đến nay**, anh ấy vẫn luôn đứng đầu lớp.
- **Từ** khi sống ở Đài Loan **đến nay**, ______________________________
____
- ______________________________
____
- ______________________________
____
- ______________________________
____
- ______________________________
____

Luyện Nói 口語練習

Hãy dùng ngữ pháp đã học "bao gồm nhiều ... như ..." hoặc "quan trọng nhất là" để hoàn thành đoạn hội thoại.

Ví dụ:

Nam: Học sinh cấp 1 tại Đài Loan có phải học nhiều như ở Việt Nam không?

Hoa: Như nhau bạn ạ! Chương trình học cũng **bao gồm nhiều** môn **như** toán, tiếng Trung, tiếng Anh, tiếng Đài, thể dục, địa lý, sinh học, v.v.

1) *Nam:* Sao đồ gì của bà cũng là Hello Kitty vậy?

Hòa: Dễ thương không? Tui đi du lịch Đài Loan thấy đẹp nên mua cả bộ **bao gồm nhiều** ______________________________

____

2) *Hà:* Dạ chào các anh, các chị! Em là Hà - nhân viên mới của phòng nhân sự ạ.

Hải: Chào em! Giới thiệu để em làm quen, bộ phận hành chính của công ty mình **bao gồm nhiều** ______________________________

____

3) *Cúc:* Mình sắp đi Đài Loan du lịch, theo bạn nên cầm tiền Đô hay đổi tiền Đài mang đi nhỉ?

Mai: Mình nghĩ bạn nên đổi tiền Đài hoặc dùng thẻ VISA. Ở Đài Loan tiền **bao gồm nhiều** ______________________________

____

4) *Quản lý bán hàng:* Khách hàng than phiền gần đây chúng ta thường xuyên giao hàng chậm ạ.

Giám đốc: Bán hàng **quan trọng nhất là** ______________________________

____

5) *Phóng viên:* Ông có thể chia sẻ kinh nghiệm để thành công của mình với khán giả được không?

Tỷ phú: Theo tôi, để thành công **quan trọng nhất là** ________________

____

6) *Phóng viên:* Chúc mừng em đạt giải nhất trong cuộc thi tài năng Việt ngữ. Em có thể phát biểu đôi lời về kinh nghiệm học ngôn ngữ của mình không?

Quân: ____

____

7) *Hoa:* Theo bạn ngoại giao quan trọng nhất là điều gì?

Mai: ____

____

8) *Cô giáo:* Là người đi trước và thành đạt, em có thể chia sẻ kinh nghiệm lựa chọn công việc của mình với đàn em – những sinh viên sắp ra trường không?

Cựu sinh viên: ____

____

9) *Giám đốc:* Theo em khi phiên dịch, điều gì là quan trọng nhất?

Người ứng tuyển: ____

____

Luyện Viết 寫作練習

1. Dùng cấu trúc "không ngừng" để hoàn thành các câu dưới đây.

1) Anh ấy đã có nhiều thành tích trong thi đấu ____________________

____

2) Mặc dù cô ấy đã đạp phanh ____________________

____

3) Chính phủ đã không ngừng cố gắng ____________________

____

4) Chúng ta phải không ngừng học tập ____________________

____

5) Anh ấy biết rằng chơi điện tử nhiều là không tốt ____________________

____

2. Dùng cấu trúc "mới ... đã ..." và các từ cho sẵn để viết thành câu hoàn chỉnh.

1) Thật kỳ lạ / gặp cô ấy lần đầu / tôi đã cảm thấy rất thân thiết.

____

____

____

2) Thời gian trôi nhanh quá / nay chúng mình đã tổ chức kỉ niệm 20 năm ngày ra trường / hôm nào tốt nghiệp.

3) Bước đầu khởi nghiệp / gặp không ít những khó khăn / nên anh ấy.

4) Đi làm ở công ty / được 1 tháng / cô ấy / xin nghỉ việc.

Luyện Nghe 聽力練習 ▸MP3-12.4

Nghe và đánh dấu vào những thông tin đúng.

1) ( ) Việt Nam đã gặt hái được nhiều thành tựu trong lĩnh vực nào?
A. Y tế B. Du lịch
C. Ngoại giao D. Kinh tế

2) ( ) Năm 2020, Việt Nam được đảm nhận chức vụ quan trọng nào?
A. Chủ tịch APEC 2020
B. Ủy viên Liên Hiệp Quốc
C. Chủ tịch ASEAN 2020
D. Cả A/B/C

3) ( ) Trong giai đoạn này, nhiệm vụ ngoại giao của Việt Nam được đánh giá thế nào?
A. Nhiệm vụ nặng nề nhưng đồng thời là cơ hội quý
B. Bảo vệ nền độc lập dân tộc
C. Thực hiện tốt kỳ vọng của bạn bè quốc tế
D. Có nhiều thách thức

4) ( ) Là Chủ tịch của ASEAN, Việt Nam đồng thời cũng là:
A. Phát ngôn viên của APEC
B. Đại diện của ASEAN tại Liên Hợp Quốc
C. Vai trò định vị sức ảnh hưởng của ASEAN trên thế giới
D. Nước tổ chức hội nghị cấp cao ASEAN 2020

5) ( ) Đảm nhận nhiều vị trí quan trọng tại các tổ chức đa phương lớn là cơ hội để:
A. Quảng bá hình ảnh của Việt Nam
B. Phát triển kinh tế và du lịch
C. Phát triển đầu tư và thương mại
D. Cả A/B/C

Bài Tập Về Nhà 作業

▸MP3-11.4

1. Đặt câu với những từ và ngữ pháp cho sẵn.

1) phương tiện: ____________________

____

2) mục tiêu: ____________________

____

3) chủ trì: ____________________

____

4) quảng bá: ____________________

____

5) ấn tượng: ____________________

____

6) hỗ trợ: ____________________

____

7) đại diện: ____________________

____

8) trọng tâm: ____________________

____

9) bao gồm nhiều ... như ...: ____________________

____

10) quan trọng nhất là: ______________________________

____

11) không ngừng: ______________________________

____

12) mới ... đã ...: ______________________________

____

13) từ ... đến nay,: ______________________________

____

2. Đánh máy

1) Viết một bài luận về chính sách ngoại giao của Đài Loan (từ 500 đến 1000 từ).

2) Chọn một vài hình ảnh hoặc 1 video về chủ đề "ngoại giao" và đưa ra ý kiến cá nhân của mình về nội dung đó.

國家圖書館出版品預行編目資料

高級越南語 / 潘氏清（Phan Thị Thanh）編著
-- 初版 -- 臺北市：瑞蘭國際, 2021.11
296面；21 × 29.7公分 --（外語學習系列；99）
ISBN：978-986-5560-42-3（平裝）
1.越南語 2.讀本

803.798 110016005

外語學習系列 99

高級越南語

編著者｜潘氏清（Phan Thị Thanh）
責任編輯｜葉仲芸、王愿琦
校對｜潘氏清（Phan Thị Thanh）、葉仲芸、王愿琦

越南語錄音｜范秋芳（Phạm Thu Phương，北越）、范陳寶玉（Phan Trần Bảo Ngọc，南越）
錄音室｜采漾錄音製作有限公司
封面設計、版型設計｜劉麗雪
內文排版｜陳如琪、邱亭瑜

瑞蘭國際出版
董事長｜張暖彗・社長兼總編輯｜王愿琦
編輯部
副總編輯｜葉仲芸・副主編｜潘治婷・副主編｜鄧元婷
設計部主任｜陳如琪
業務部
副理｜楊米琪・組長｜林湲洵・組長｜張毓庭

出版社｜瑞蘭國際有限公司・地址｜台北市大安區安和路一段104號7樓之一
電話｜(02)2700-4625・傳真｜(02)2700-4622・訂購專線｜(02)2700-4625
劃撥帳號｜19914152 瑞蘭國際有限公司
瑞蘭國際網路書城｜www.genki-japan.com.tw

法律顧問｜海灣國際法律事務所　呂錦峯律師

總經銷｜聯合發行股份有限公司・電話｜(02)2917-8022、2917-8042
傳真｜(02)2915-6275、2915-7212・印刷｜科億印刷股份有限公司
出版日期｜2021年11月初版1刷・定價｜650元・ISBN｜978-986-5560-42-3

◎版權所有・翻印必究
◎本書如有缺頁、破損、裝訂錯誤，請寄回本公司更換
PRINTED WITH SOY INK 本書採用環保大豆油墨印製

瑞蘭國際

瑞蘭國際